உண்மைகள்

வி.எஸ்.ரோமா

Made with ♥ on the Notion Press Platform
www.notionpress.com

பொருளடக்கம்

1

உண்மை

உண்மை - கம்பீரம், கவுரவம், தனிப் பெரும் ஆளுமை.

உண்மைகள் எல்லாவற்றையும் நீங்கள் சொல்ல வேண்-
டும் என்பதில்லை. நீங்கள் சொல்லுபவை எல்லாம் உண்-
மையாக இருக்கட்டும். - ஹோரேஸ்மன்.

உண்மை என்னவென்று கண்டுபிடித்தாலும், நல்லதையே
செய்தலும் தத்துவத்தின் இரு முக்கியத் தேற்றங்கள். -
வால்ட்டேர்.

குறைபாடு எனும் பள்ளிக்கூடத்தில் உண்மை எப்போதும்
வலுவாக வளரும். - ஹெச். டபிள்யூ. பீச்சர்.

உண்மை எப்போதும் வெற்றி பெறும். பொய்க்கு ஒரு
துணை தேவை. - எபிக்டெட்டஸ்.

உண்மையைப் புறக்கணிப்பதால், அவை இல்லை என்-
றாகி விடாது. - ஆல்டஸ் ஹக்ஸ்லி.

உண்மையை விட உயர்ந்த மதம் எதுவுமில்லை. -
யாரோ.

உண்மைக்காக எதையும் தியாகம் செய்யலாம்.ஆனால்,
எதற்காகவும் உண்மையைத் தியாகம் செய்யக் கூடாது. -
சுவாமி விவேகானந்தர்.

உண்மை புனிதமானது; இனிமையானது. தீமையிலிருந்து
உங்களை விடுவிக்கிறது. உண்மையைத் தவிர உங்களைக்
காப்பாற்றக் கூடியது இந்த உலகில் வேறெதுவுமில்லை. -

புத்தர்.

உண்மை தன் காலணியை அணியும் முன் பொய் உலகைச் சுற்றி வந்துவிடும். -சி.ஹெச் ஸ்பர்ஜியன்.

உண்மையும் நற்செயலுமே எல்லாவற்றிலும் ஊடுருவி ஆட்சி செலுத்துகிறது. - கியார்டினோ புருனோ.

உண்மையையும் நேர்மையையும் சமுதாயத்தில் நடுவில் கடைப்பிடிக்க வேண்டுமே தவிர குகைகளிலல்ல. - மகாத்மா காந்தி.

உண்மை என்பது மனிதனில் இருக்கும் இறைவனின் விருப்பமும் நோக்கமுமாகும். - கலீல் கிப்ரான்.

உண்மை பொய் பேசுவதனால் மட்டும் மீறப்படுவதில்லை. மௌனத்தினாலும் அவமதிக்கப்படுகிறது. - ஹென்றி பிரடெரிக் அமெயில்.

வெறியுணர்வு இருக்குமிடத்தில் உண்மை குடியிருக்காது.

உண்மை பேசுவதால் என்ன நன்மை?

கடைப்பிடிக்க வேண்டிய அறங்கள் என்று ஒரு பட்டியலிட்டுக்கொண்டால் அதில் உண்மை பேசுவதுதான் முதலிடம் பெறும் என்பது பொதுக்கருத்தாக இருக்கிறது.

ஆனால் அறமன்றி வேறொன்றும் பேசியறியாத வள்ளுவனுக்கு அறங்களின் பட்டியல் வரிசை முறையில் மாற்றுக்கருத்து இருப்பதாகத் தெரிகிறது.

வள்ளுவனிடம் ஒருவன் கேட்டான்: "கடைப்பிடிக்கவேண்டியவை எவை என்பதைக் குறித்து நீங்கள் ஒரு மிக நீண்ட பட்டியல் தருகிறீர்கள். இவ்வளவையும் என் வாழ்நாளில் கடைப்பிடிக்க முடியும் என்று நான் நம்பவில்லை. எனவே என்னைப்போன்றதோர் எளிய மனிதன் கடைப்பிடிக்கத்தக்க வகையில் ஒன்று மட்டும் சொல்லுங்கள்; நான் அதைக் கடைப்பிடிக்கிறேன்."

வள்ளுவன் கேட்டான்: "பல கடைப்பிடிகள் கொண்ட நீண்ட பட்டியலை ஒன்றே ஒன்றுக்குச் சுருக்குவது மிகவும் கடினம். வேண்டுமானால் ஒன்று செய்கிறேன்; இரண்டாகச் சுருக்கித் தருகிறேன். குற்றமில்லையே?"

வந்தவனுக்குச் சங்கடமாகப் போய்விட்டது. வள்ளுவனை நம்பி வந்துவிட்டான். முடியாது என்று சொல்லிவிட்டுத் திரும்பிப் போக அவன் நெஞ்சு இடங்கொடுக்கவில்லை. அவன் சொன்னான்: "வேறு வழியில்லை என்றால் அப்படிச் செய்யுங்கள்; என் விருப்பத்திற்கு ஒன்று, உங்கள் விருப்பத்-திற்கு ஒன்று என்று வைத்துக்கொள்கிறேன்!"

அறம் சார்ந்து தான் சொன்ன கடைப்பிடிகளை இரண்-டாகச் சுருக்கி வள்ளுவன் சொன்னான்:

ஒன்றாக நல்லது கொல்லாமை மற்றதன்
பின்சாரப் பொய்யாமை நன்று. (323)

நூலோர் தொகுத்த அறங்கள் எல்லாவற்றிலும், எல்-லோர்க்கும் உரியதாய்த் தன்னிகரின்றித் தனித்து நிற்கும் அறம் கொல்லாமை; அது முதலாவதாக வைக்கத்தக்கது. அதற்கு அடுத்தபடியாக ஒன்று சொல்லலாமென்றால், அது பொய்யாமை, அதாவது உண்மை பேசுதல், உண்மையே பேசுதல்.

செய்கிறோமோ செய்யவில்லையோ? புத்தர் சொன்னார்; இயேசு சொன்னார்; அரிச்சந்திரன் கதையால் அறவுணர்ச்சி விழிப்புற்று, விடுதலை தவறிக் கெட்டோரையெல்லாம் வாழ்-விக்க வந்த காந்தி மகாத்மாவும் சொன்னார்; மற்றுமுள்ள எல்லோரும் சொன்னார்கள்: உண்மை பேசுதலே உலக அறங்களின் மூல பண்டாரம்; ஆகவே பேசுக உண்மை என்று விதந்தோதிக்கொண்டும் அறிவுறுத்திக் கொண்டும் இருந்தோமே? ஆனால், அறத்தின் போக்கைக் குறித்துத் தனி ஆய்வு செய்வதையே தன் வாழ்நாள் கடனாகக் கொண்டிருந்த வள்ளுவப் பொய்யாமொழியனின் வரிசை-முறை மாறுகிறதே?

உண்மை பேசுவதில் ஒரு சௌகரியமிருக்கிறது. உண்மை பேசுகிறவர்கள் அதை நினைவு வைத்துக்கொள்ளத் தேவை-யில்லை; பொய் சொல்லுகிறவர்கள் சொன்ன பொய்யை கனவிலும் நனவிலும் நினைவு வைத்துக்கொள்ளக் கடமைப்-பட்டவர்கள். இல்லாவிட்டால் சிக்கிக்கொள்வார்கள்.

ஆனாலுங்கூட, உண்மை பேசுவதால் என்ன நன்மை? பொய்யர்கள் சீரும் சிறப்புமாய் இருப்பதும் மெய்யர்கள் சீர-ழிந்து போவதுந்தானே மனித வரலாற்றில் கண்கூடு?

அரிச்சந்திரன் அரசிழந்தான்; சாக்ரடீஸ் நஞ்சு பெற்றான்; இயேசுநாதர் சிலுவை பெற்றார்; காந்தி துப்பாக்கிக் குண்டு பெற்றார்! நிகழ்ந்ததும் நிகழ்வதும் இவ்வாறிருக்க, எல்லாச் சந்தர்ப்பங்களிலும் உண்மைமட்டுமே பேசுவதென்பது தற்-கொலை செய்துகொள்வதற்குச் சமமில்லையா? என் வாழ்-வின் அழிவைத் தன் கருவில் சுமந்துகொண்டிருக்கும் உண்-மையை நான் ஏன் பேசவேண்டும்?

எளிய மனிதர்களுக்கும் புரிகிற இந்த உண்மை வள்ளுவப் பேராசானுக்குப் புரியாமலா இருக்கும்? அதனால்தான் வள்-ளுவன் உண்மையை இரண்டாந் தட்டுக்கு இறக்கிவிட்டுக் கொல்லாமையை முதல் தட்டுக்கு ஏற்றுகிறான். மனமிருக்கிற எல்லோரும் கடைப்பிடிக்கத்தக்க அறம் கொல்லாமை. அதைச் செய்வதால் செய்கிறவனுக்கு நன்மை மட்டுமே வருகிறது; நன்மை வருகிறதோ இல்லையோ தீமை நிச்சய-மாக வராது.

அப்படியானால், உண்மை பேசுவது வள்ளுவனுக்குப் இரண்டாம்பட்சமானதா?

உண்மையைப் பேசுவதுதான் வள்ளுவனுக்கு முதற்பட்ச-மானது. ஆகவேதான் அவன்

பொய்யாமை பொய்யாமை ஆற்றின் அறம்பிற
செய்யாமை செய்யாமை நன்று (297)
யாம்மெய்யாக் கண்டவற்றுள் இல்லை எனைத்தொன்றும்
வாய்மையின் நல்ல பிற (300)

என்கிறான். வாய்மை அவனுக்கு மிகவும் உகந்த அறம். தன்னையே சாட்சியாக வைத்து, "எனக்குத் தெரிய..." என்று ஒரு முன்னீடு போட்டுக்கொண்டு வள்ளுவன் உலகத்-திற்குச் சொன்ன அறம் வாய்மைதான். ஆனால் அது எல்லோருக்கும் உகந்ததா? எல்லோரும் எளிதாக உண்மை பேசிவிட முடிகிறதா?

உண்மை பேசுவது உன்னதமானது. ஆனால் உண்மையை எந்த இடத்தில் பேசவேண்டும் என்பதைக் குறித்த ஓர்மை பேசுகிறவனுக்கு இருக்க வேண்டும் என்பது வள்ளுவக் கருத்து. எண்ணுவதையெல்லாம் எண்ணியபடியே பேசிவிடு-வதென்பதும் செய்துவிடுவதென்பதும் உண்மையாகாது.

அப்படியானால், உண்மை என்பதென்ன? உள்ளது எதுவோ அதுதான் உண்மை. ஆனால், உலகியலில், ஒரு காலத்தில் உள்ளது மற்றொரு காலத்தில் இருக்காது; ஓரிடத்-தில் உள்ளது மற்றோரிடத்தில் இருக்காது; ஒருவருக்கு உண்-மையாக உள்ளது மற்றொருவருக்கு உண்மையாக இருக்-காது. உலகியல் உண்மை ஒரு தன்மை உடையதன்று! காலத்திற்குக் காலம், இடத்திற்கு இடம், ஆளுக்கு ஆள் அதன் நிறம் மாறும். உலக வாழ்வில் நாம் உண்மை என்று கருவன அனைத்தும் சார்புடையன. ஒரு சார்பில் உண்மை-யாக இருக்கிறவை மறுசார்பில் பொய்யாக இருக்கின்றன.

பாட்டன் காலத்தில் உண்மையாக இருந்த ஒன்று பெய-ரன் காலத்தில் பொய்யாகிப் போயிருக்கலாம். ஆத்திகர்-களுக்குக் கடவுள் உண்மை. நாத்திகர்களுக்குக் கடவுள் பொய்.

தரப்புகளைத் தேர்ந்தெடுத்துக்கொண்டு நிற்கிற இரு சார்-பினரும் தாங்கள் கருதுவதே உண்மையென்றும் மற்றவர்கள் கருதுவது பொய்யென்றும் நம்புகிறார்கள் தத்தம் உண்மை-களை நிலைநாட்டுவதற்குச் சண்டையிட்டுக் கொள்கிறார்-கள்.

இவர்கள் இரண்டு பேரின் நம்பிக்கைக்கும் நடுவில் இருக்கிறது உண்மை. அது பேரறியாத பெருஞ்சுடர். விளம்-புகிறவர்கள் அனைவரும் அதன் வேர் அறியாமலே விளம்-புகிறார்கள்.

எனவே உண்மை என்பது, சார்புநிலை உண்மை, சார்-பற்ற, மெய்யான உண்மை என்று இரண்டாகிறது. உலகிய-லில், நாம் சிலவற்றை உண்மையென்று பேசலாம்; பொய்-யென்று ஏசலாம்; சிலவற்றைப் பேசாமலேயும் விட்டுவிட-லாம். பொருட்டில்லை. ஏனென்றால் இவையெல்லாம் சார்-

புநிலை உண்மைகள். ஆனால் சார்பற்ற உண்மையைக் குறித்துத் தடுமாற்றம் கொள்வது தகாது.

உண்மை பேசுவதா இல்லையா என்று தடுமாறுகிற- வர்களுக்கு வருகிற ஊடாட்டமெல்லாம் உலகியலில் நாம் அன்றாடம் எதிர்கொள்கிற சார்புநிலை உண்மைகளைப்பற்- றியதுதானேயன்றி, சார்பற்ற மெய்யான உண்மையைப் பற்றி- யதன்று.

சார்பு நிலையில் அமைகிற உலகியல் உண்மைகளைப் பேசுவதும் பேசாதிருப்பதும் அவரவர் சார்பையும் தேவைக- ளையும் பொறுத்தது. உலகில் வாழ்கிற எல்லோரும் தங்கள் வாழ்வாதாரத்தைப் பாதுகாத்துக்கொள்ளவே முனைவார்கள்; ஏனென்றால் அறம் செய்வதற்கும்கூடத் தான் வாழ்ந்தாக வேண்டும் என்பது கட்டாயமாகிறது.

உலகத்தில் எல்லோரும் தாங்கள் உண்மையானவர்கள் என்று காட்டிக்கொள்ளவே விரும்புகிறார்கள். ஆகவே வாழ்- வாதாரத்தைப் பாதிக்காத அளவுக்கு உண்மை பேசுவதில் யாருக்கும் எந்த ஆட்சேபணையும் இருக்கப் போவதில்லை.

உண்மை என்பது மற்றவர்கள் நம்புவதைச் சொல்வ- தில்லை; தான் நம்புவதைத் தனக்கு மாறுபாடில்லாமல் சொல்வது.

வள்ளுவர் சொல்வதுபோல,

உள்ளத்தால் பொய்யாது ஒழுகின் உலகத்தார்
உள்ளத்துள் எல்லாம் உளன்.

உண்மை பேசுவது என்பது உலகத்தின் முரண் அறுத்து வாழ்வதில்லை. தன் முரண் அறுத்து வாழ்வது. அரிச்சந்- திரனும் சாக்ரடீஸும் இயேசுவும் காந்தியும் தன் முரண் அறுப்பதையே உண்மை பேசுவதென்று முன்வைத்தார்கள்.

நெஞ்சுக்கு விரோதமாய் ஒரு பொய் சொல்லியிருந்தால் அரிச்சந்திரன் சுடுகாட்டைக் கட்டியாளும் பித்தனாகியிருக்க மாட்டான்;

நெஞ்சுக்கு விரோதமாய் ஒரு பொய் சொல்லியிருந்தால் சாக்ரடீஸ் அறிஞர்களின் அறிஞனாக அவைக்களத்தைக்- கூட அலங்கரித்திருப்பார்;

நெஞ்சுக்கு விரோதமாய் ஒரு பொய் சொல்லியிருந்தால் இயேசுவுக்குச் சிலுவைப்பாடு வாய்த்திருக்காது;

நெஞ்சுக்கு விரோதமாய் ஒரு பொய் சொல்லியிருந்தால் காந்தி இன்னும் கொஞ்ச நாள் வாழ்ந்திருப்பார்

உண்மை உயர்வு தரும்.

(கதையும் கருத்தும்)

ஒரு ஊரில் பல பாவங்களையும் அஞ்சாமல் ஒருவன் செய்து வந்தான். அவனுடைய குருநாதர் பலமுறை இப்படி பாவங்களை செய்யக்கூடாது என்று அறிவுரை கூறிவந்தார், அவன் அதற்கு செவி சாய்க்கவில்லை. கடைசியில் ஒன்றை மட்டும்கடைப்பிடிக்குமாறு கூறினார். செய்யும் பாவத்தொ—ழில்களில் பொய் சொல்வதையாவது விட்டு விடு என்று அழுத்தமாகக் கூறினார். சீடனும் இதற்கு ஒப்புக்கொண்—டான். '' எந்த நிலையிலும் பொய் சொல்ல மாட்டேன்'' என்று சத்தியமும் செய்து கொடுத்தான். ஒருநாள் இரவு அந்த ஊர் அரண்மனையில் திருடுவதற்கு சென்று ஒரிடத்—தில் ஒளிந்திருந்தான்.

அந்த நேரத்தில் நகரச் சோதனைக்காக மாறு வேடத்தில் அங்கு வந்த அரசன் திருடனைக் கண்டார். ஏன் இங்கே ஒளிந்திருக்கிறாய் என கேட்ட அரசனுக்கு அவன் அரண்—மனையில் திருடுவதற்காக வந்தேன் '' என்று உண்மையைக் கூறினான் திருடன்.

அரசன் திடுக்கிட்டான்,இவனுடைய செயல் முழுவதை—யும் கவனிக்க நினைத்த அரசன் '' நானும் இங்கே திருடுவ—தற்காகத்தான் வந்துள்ளேன். நீ திருடிக்கொண்டு வருவதில் பாதியை எனக்கு கொடு நான் உன்னை காட்டிக் கொடுக்க மாட்டேன் '' என்றான் அரசன்.

திருடன் அதற்கு உடன்பட்டு, மாறுவேடத்ததில் இருந்த அரசனைக் காவல் வைத்துவிட்டு, அரண்மனைச் சுவரில் துளைபோட்டு உள்ளே நுழைந்தான். அங்கே இருந்த ஒரு இரும்பு பெட்டியை உடைத்தான், உள்ளே இருந்த விலை உயர்ந்த 5 இரத்தினக்கற்களுள் நான்கினை மட்டும் எடுத்துக்

கொண்டான். பங்கு போட வசதிக்காக 4 எடுத்துக் கொண்-
டான். மீத முள்ள இரத்தினக் கல்லை பெட்டியிலேயே
வைத்து விட்டு வெளியே வந்தான். மாறு வேடத்தில் இருந்த
அரசனுக்கு 2 கற்களை கொடுத்து விட்டு திரும்பினான்.
இவனுடைய முழு முகவரியையும் அரசன் கேட்டுத் தெரிந்து
கொண்டான். பிறகு அரன்மனைக்கு சென்று பெட்டியைப்
பார்த்தான் ஒரு இரத்தினக்கல்இருக்க கண்டு மகிழ்ந்தான்.

மறுநாள் காலையில் மந்திரியை அழைத்து, " நம்
அரன்மனையில் திருட்டு போயிருப்பதாக தெரிகிறது. பெட்-
டியை திறந்து பார் " என்றார் அரசர். மந்திரி அவ்வாறே
பெட்டியை திறந்து பார்த்தார் அதிலிருந்த ஒரு இரத்தினக்-
கல்லை தான் எடுத்துக் கொண்டு அரசனிடம் " பெட்டியி-
லிருந்த இரத்தினக்கற்கள் எல்லாம் திருடு போய் விட்டன "
என்றார்.

அரசன் இரவு நடந்தவற்றை எல்லாம் மந்தரிக்கு எடுத்து-
ரைத்தார். மந்திரியை வேலையிலிருந்து நீக்கி விட்டு, உண்-
மையைச் சொல்லிய அந்த திருடனை அழைத்து வந்து மந்-
திரியாக்கினார்.

கருத்து ; உண்மை உயர்வைத் தரும் எனும் என்னும்
தத்துவத்தை யாவரும் மனதில் இருத்த வேண்டும். குழந்தை-
களுக்கு இளமை முதலே இதுபோன்ற கதைகளை சொல்லி
அவர்களை நல்வழிப்படுத்தி வரவேண்டும். அவர்களுடைய
வாழ்வு உயரும். செல்வம் சேர்த்து வைப்பது மட்டும்தான்
பெற்றோருடைய கடமை என்று தற்காலத்தில் எண்ணுவதால்
தான் இளைஞர் சமுதாயம் குறிக்கோள் இன்றி திசைமாறிச்
செல்கிறது.

உண்மை – கம்பீரம், கவுரவம், தனிப் பெரும் ஆளுமை.
நன்மைகள் :

- மன அமைதி
- நிம்மதி
- வாழ்க்கையை பற்றிய தெளிவு

- மிடுக்கு
- பயமின்மை
- குழப்பமின்மை
- எது வேண்டும், வேண்டாம் என்கிற தெளிவு
- சுய ஒப்பீடு

இப்படி சொல்லிக் கொணடே போகலாம். இருந்தும்.

தீமைகள்:

- தலைக்கனம் பிடித்தவன்/வள்
- சமூகத்தின் கேலிச் சித்திரம்
- பிழைக்கத்தெரியாதவன்/வள்
- கடுமையான தருணங்களின் தொடர்ச்சி
- எதிலும் சவால்
- எதற்குமே போராடி பெற வேண்டிய சூழல்
- உண்மையில் நிலைப்பதில் ஆயாசம்
- தனிமை

<u>வாழ்க்கையின் பத்து கசப்பான உண்மைகள்</u>

- வாழ்கை என்பது ஏமாற்றமும், ஏக்கமும் நிறைந்தது.
- நம்மிடம் இருபதை விட இல்லாததை நினைத்தே துயரப்படுவோம்.
- அதிகமான பாசம் ஒரு கட்டத்தில் வெறுப்பையும், எரிச்சலையும் உண்டாக்கும்.
- வெளிச்சம் இல்லை என்றால் உன் நிழல் கூட துணைக்கு வராது.
- நாம் அதிகமா ஆசைப்பட கூடாது என்றே ஆசைப்படுவோம்.
- வாழ்க்கையில் எவ்ளோ உச்சத்தை அடைந்தாலும், அடுத்தவருடன் ஒப்பிட்டுக்கொண்டே தான் இருப்போம்.
- வாய்ப்பை பொறுத்தே கட்டுப்பாடுகள் உருவாக்கப்படும்.

- அனைவருடனும் நல்லவனாக இருக்க நினைத்தால், அது போலியான முகமூடியாகத் தான் இருக்கும்.
- தொடாமல் கெட்டவன் இராவணன், குடுத்து கெட்டவன் கர்ணன், கொடுக்காமல் கெட்டவன் துரியோதனன்.. ஆக மொத்தத்துல நீங்கள் வாழ்க்கைல என்ன செஞ்சாலும் காரி துப்ப 10 பேரு எப்பவும் இருப்பான்.
- போர் கூட ஒருகட்டத்தில் முடிவுக்கு வரும், ஆனால் மாமியார் மருமகள் சண்டை என்றைக்கும் தீராது.

உண்மை போல் தோன்றும் பொய் எது?

1. 10 ஆவது பரீட்சை முடிஞ்சா வாழ்க்கை பூரா அப்புறம் ஜாலியா இருக்கலாம்.
2. 12 ஆவது பரீட்சை முடிஞ்சா வாழ்க்கை பூரா அப்புறம் ஜாலியா இருக்கலாம்
3. டிகிரி மட்டும் வாங்கிடனா வாழ்க்கை பூரா அப்புறம் ஜாலியா இருக்கலாம்.
4. வேலை மட்டும் கிடைச்சுடுச்சுனா வாழ்க்கை பூரா அப்புறம் ஜாலியா இருக்கலாம்..

உண்மை - கம்பீரம், கவுரவம், தனிப் பெரும் ஆளுமை.
உலகத்தில் எல்லோரும் தாங்கள் உண்மையானவர்கள் என்று காட்டிக்கொள்ளவே விரும்புகிறார்கள். ஆகவே வாழ்-வாதாரத்தைப் பாதிக்காத அளவுக்கு உண்மை பேசுவதில் யாருக்கும் எந்த ஆட்சேபணையும் இருக்கப் போவதில்லை.

1. ஓர் உண்மை கதை

- ஆனந்தி
உடல் அழகு மாயையில் சிக்கி உழலும் மனம் விட உயி-ருமானது உள்ளொளி அழகு ஒன்றே.

அழகு மாயையில் சிக்கி சின்னாபின்னமாகி உருக்கு-லைந்து உயிரை விட்ட, என் மகள் பற்றிய இந்த சோக

வரலாற்றை, எல்லோரும் அறியும் ஒரு வேதமாக உயிர்ப் பிரகடனம் செய்து இங்கு வடிக்கிறேன். பொழுது போக்காக படிப்பதற்கென்றே வரும் வெறும் கதையல்ல இது. கற்பனை ஊற்று பெருகிட இதை நான் இதை எழுதவில்லை. ஒரு மானஸீக தேவதையாக, என்றும் என் மனதில் வாழப்போகும் என் மகளின் பாத கமலங்களுக்கே இது சமர்ப்பணம். ஒரு சாந்தி வேள்வியாக இதைத் தொடங்குகிறேன்.

எங்கே இருக்கிறாள் என் மகள்? விதியின் சாபத்தினுள் சிக்கினாளா? உடல் வெந்து, நொந்து நூலாகி மடிந்தே போனாளா? இந்த மடிதலு,ம் மறைந்து போதலும் எதனால் வந்தது? ஏன் நீ இப்படியானாய்? என்ன நடந்தது உனக்கு? சொல் மகளே1 எரிந்து சாம்பலாகிப் போவதற்கு முன்பே, நீ பேசாமடந்தை தான் நீ! உன் பேச்சும் மூச்சும் எதனால் போனது?

எங்கே இருக்கிறாள் என் மகள்? விதியின் எங்கே சாபத்-தினுள் சிக்கினாளா? உடல் வெந்து, நொந்து நூலாகி மடிந்தே போனாளா? இந்த மடிதலும் மறைந்து போதலும் எதனால் வந்தது? ஏன் நீ இப்படியானாய்? என்ன நடந்தது உனக்கு? சொல் மகளே! எரிந்து சாம்பலாகிப் போவதற்கு முன்பே, நீ பேசா மடந்தை தான் நீ! உன் பேச்சும் மூச்சும் எதனால் போனது?

ஓ! நீ வாய் திறந்து, இதை ஒருகானல், கதையாக இரத்-தக் கறை படிந்த காயங்களோடு இப்பவும் கூட சொல்-லத் தொடங்கினால், எனக்கு வயிறு பற்றி எரியும். பகை வரும் பண்பிழக்கும் இந்தக் கொடிய விதியும் கொடும் கூற்று வினையும் உனக்கோ எனக்கோ வரப் போவதில்லை. ஏனென்றால், நீ இப்போது வெறும் சடம் சாட்சி புரு-ஷனையே காணாமல், நீ போனது தான் எனக்கு பேரிழப்பு. அது என்னவகையான பேரிழப்பு என்பதை, நேரில் கண்டு அனுபவித்து தேறிய அனுபவச் சாக்கடைக்குள் நான் விழ-வில்லை மாறாக என்ன நடந்தது.

அதையும் சொல்லி விடுகிறேன். இது எத்தனையாவது, தீக்குளிப்பு எழுச்சி புடம் கொண்டுஎழுதல்,என்பதையெல்-

லாம் சொல்லி வேலையில்லை. ஏனென்றால் பிறர் உணர்-வுகளையே மதித்து வாழத் தெரியாத மூடர் உலகிலே நான் வேதம் சொல்லிப் பலனில்லை வேதம் என்பது கடவுள் வகுத்த நீதி தர்ம சாஸ்திரம் தூய அன்பை பேணுவதற்கும் அறிவு சார்ந்த தெய்வீக வாழ்க்கையில் நிலை பெறுவதற்கும் அதுவே, துணையாகிறது . துரும்பு மனிதர் விடயத்தில் இதெல்லாம் எடுபடாது தர்மத்தையே களங்கப் படுத்தி, காட்சி உலகில், கண்கெட்டு அலைந்தால், கடைசியில் முடிவு கடவுளல்ல காடு வெறித்த வாழ்க்கை தான். காடு ஒன்று இங்கே பற்றி எரிகிறது. காடல்ல கண்ணியமான ஒரு பெண். என் மகள் அதுவும் போய் எஞ்சியிருப்பது துஞ்சி வீழும் என் மனமும் அவள் சாம்பலாகிப் போன கதையும் தான்.

அதோ! அவள் எரிந்து சாம்பலாகிப் போனாளே. அந்த இடம் அது மட்டுமல்ல அவள் வாழ்ந்து களிக்காமல், போன இந்த வீடும் கூடத் தான் காட்சி உலகில் கருகி ஒழிந்து போன வெறும் நிழலாய் ....இந் நிழலின் மேல் நிலை குத்தி நர்த்தனமிடும் வரட்டு ஜென்மங்கள் வாழ்க்கை புதிர்-கள் அனைத்தையும் மேவிக் கொண்டு, நிர்ச்சாந்தியாக என் இருப்பு கனவிலே வாழ்ந்த என் மகளை நிஜத்திலும் காண்-கிறேன் இது நிஜமல்ல என்று மனமே ஓலமிடுகிடுகிறது விட்-டிருந்தாலல்ல மனிதர் வழி, விட்டிருதால், கை குலுக்கி அவளை வரவேற்று இருந்தால், இன்று அவள் வானத்-தில் மட்டுமல்ல ஒரு வாழ்க்கை நாயகியாகவும் ஆகியிருப்-பாள் ஆனால் என்ன நடந்ததென்று விரிவாகச் சொல்லப் போனால், கல்லெறிகளே விழும் காட்சி உலகமே கண்களில் இல்லாமல், கறை வந்து அப்பிக் கொள்ளும். இந்தக் கறை துடைத்து எறியவே, இப்போது கங்கை இருப்பாக மட்டுமல்ல கடவுளாகவும் தான் எனது இந்த புது அவதாரம் .

நான் கடவுளாக இன்னும் ஏன் இருக்கிறேன்? நடந்து முடிந்த கொடுமைக்கு பேராவேசம் கொண்டு நான் கல்லெ-றியத் தொடங்கினால், எனக்கு இந்த இரு கைகள் மட்டு-மல்ல நான் காளியாகி ஆவேசம் கொள்ள நூறு கைகள்

வந்தாலும் பத்தாது. அப்படி நிர்மூலமாகிப் போனாள் அவள்

எழும்பு மகளே என்ன நடந்தது என்று சொல், இதோ! என் இருப்பு முன் சூனியம் வெறித்த, அவள் முகம் பறி போன கைகள் இடறி வீழ்த்தும் நிலை குலைந்த, கால் சரிவுமாய் கை பிடித்து எழும்ப சைகை காட்டிஅழைக்கும் அவள் குரல் உள் எழும்பாமல், உயிர் ஓலமாய்க் கேட்-கவே விழுந்தடித்துக் கொண்டு நான் போக முற்படுகை-யில் , வலது கால் ஊன்ற முடியாமல்,எனது திணறல் என் வயசுக்கு இது சகஜம் ஆனால் என் மகளுக்குநேர்ந்ததோ பெரும் கொடுமை அவள் சிறகுகளையே முறித்து எறிந்த கொடுமைக்கு அவளே சாட்சி

ஆம் அவள் தேவதையாய் இருக்க வேண்டியவள் தெய்-வமாய் வாழ்ந்தவள் அவள் நாமம் சொன்னாலே பிரவண மந்திரம் தான் மூச்சாக வரும் ஆம், அவள் ஓங்காரணி. என் அன் அன்புச் செல்வம் நான் பொத்தி வளர்த்த தாய் அவள் எனினும் அவள் சிறகுகள் முறிந்து மடிந்து சாக உண்மையில் யார் காரணம்? அதை அவள் வாயாலேயே கேட்க நேர்ந்த, துரதிஷ்டம் என்னுடையது

ஒரு பக்கம் அன்பு மறந்து போன கணவனின் கொடுமை இடையில் என் குழந்தைகள் நான் இவள் எத்தனையோ படிப்புக் கனவுகளுடன். வாழ்ந்தவள் போர் மேகம் சூழ்ந்து வருத்திர போதிலும் இவற்றையெல்லாம் புறம், தள்ளி விட்டு, மெலிந்த, ஒல்லியான தேகத்துடன் முதுகிலே புத்தகப் பை சுமந்து, படிப்பைக் கனவை நிறைவேற்ற, என் கிளி உண்-மையில், பட்டுச் சிறகுகல் எரிந்து கருகி வீழ்ந்த கொடு-மையை சொல்லப் போனால், ஒரு யுகமே முடிந்து போகும் . ஆனால் சொல்லி தெளிய வைக்க வேண்டிய, கதைதான் நாவிலே தீ வளர்த்து இப்படிக் கொன்று போடும் மனிதர்க்கு வேதமா நான் சொல்ல முடியும் வேட்டையாடி உயிர் முடிக்-காமல் , போனாலும் இன்று கையறுந்த நிலையில் என் ஒரேயொரு கடமை தர்மம் எடுத்துரைக்க வேண்டியது

எது தர்மம் ?எது சாத்வீக சனாதன உயிர்க் கோட்-பாடு?கனவிலே தான் , இது நிகழும் நடக்கிற, கொடுமை-

யெல்லாம், வெறும் நிழற் பொம்மைகளாய்., காட்சி உலகில் நடமாடும் மனிதர்கள் குறித்தே. என் மகளின் வீழ்ச்சி இழப்புகளெல்லாம், இதன் பொருட்டு நிகழ்ந்த, துன்பியல் நாடகமே.

நான் கேட்டேன் அவள் தலையை, உச்சி அப்போது மோந்து தடவியபடியே

ஏம்மா அழுகிறாய்?

நான் இனி படிக்க போக மாட்டேன் 1 தொடர்ந்து பெரும் சத்தத்துடன் அவள் நிலத்தில் விழும் போது எனக்குள் பூகம்பமே வெடித்தது.

நானும் அழுதபடியே கேட்டேன்.

நீபடிச்சு வந்தால், எங்கடை இருண்ட, யுகமே போய் நீ விடும் என்றல்லவா கனவு கண்டேன் எல்லாம் போச்சுது.

அவள் சொன்னாள்.

என்ரை போஸ்டல் ஐடன்டி காட் அதாவது அடையாள அட்டையைப் பார்த்து சுபோஜினி சொன்னவள் நல்ல வடியாருக்கு பிரேன் போட்டு ஷோகேஸ் மீது வை என்று.

என்ரை போஸ்டல் ஐடன்டி காட் அதாவது அடையாள அதற்கு அட்டையைப் பார்த்து சுபோஜினி சொன்னவள் நல்ல வடிவாயிருக்கு பிரேம் போட்டு ஷோகேஸ் மீது வை என்று அதைக்கேட்டு எல்லோரும் கை கொட்டி பெரிசாய் விழுந்து விழுந்து சிரிச்சவை நான் அப்பவே செத்துப் போனன், என்றாளே பார்க்கலாம் . இதற்கு மேல் இவள் உருப்பட உண்மையில் நிலைக்க நான் வேதமாக என்ன சொன்னாலும் இவள் கேட்கிற நிலையில் இல்லை இது பாவிகள் விதைத்த விஷ விதை அன்பு மறந்து போய் அழிவை நிலை நாட்டிய மிகப் பெரிய சோக வரலாறு. இதன் பிறகு ஒற்றை புள்ளியில் நிலைத்த இவளின் இருண்ட யுகம் நெடுங்காலமாக சிறை வாழ்க்கைதான் இவளுக்கு படிப்பு இல்லை பட்டம் பதவி எதுவுமேயின்றி, மனநலம் தேறி இவள் மீண்டு வருவதற்காக நவீன ஆங்கில மருத்துவர்களின் பரிந்துரையின்படி மருந்து மாத்திரைகள் எடுத்தே, பக்க விளைவுகள் ஏற்பட்டு வாயில் வானீர் வடிந்து

கையும் கெட்டு காலும் கெட்டு பேச்சிழந்த வெறும் நிழற் பொம்மை போல ஆகி விட்ட கொடுமையை அடி வயிறு பற்றி யெரியஎன்னவென்று விபரிப்பேன்.

இதோ இருட்டில் வெறித்த அவள் முகம் பட்டப் பகலில் சூனியம் வெறித்த பார்வையுடன் சைகை காட்டி என்னை அழைக்கிறாள்.

அவள் காட்டிய திசையை பார்க்கிறேன் அடுத்த அறை-யில் அவள் சாப்பிட முடியாமல் போன உணவு வகைகள் என்னைப் பார்த்து கைகொட்டி, சிரிப்பதாக ஒரு பிரமை . ஆம் காசில்லாமல் என் கணவர் இவளின் யூலை சண்டை நிமித்தம் உயிருக்குப் பயந்து வேலைக்குப் போகாமல், வீடே அழுது வடிந்தது வாழ்க்கை தெருவுக்கு வந்தது அந்த நிலையிலும் தெரு சுற்றி அலைந்து பிள்ளைகளைக் காப்-பாற்ற, தீக்குளித்து மீண்டு வந்தவள் நான் திரும்ப என் கணவர்க்கு வேலை கிடைத்த போதிலும் போகாத நாட்-களுக்கு அரசிலிருந்து கிடைத்த பணம் கூட எங்களுக்கு வந்து சேரவில்லை எப்பவும் எனகளுக்கு பட்டினி சாவு தான் பசி உலகம் தான் அதுவும் நின்று போய், அப்பாவின் பொறுப்பின்மையால், படிப்பைக் குழப்பி விட்டு வெளிநாடு போன சமயம், தான் இது நிகழ்ந்தது.

என் மகளின் நிலை குலைவு கொடூரம் வெறித்த நிழல் வாழ்க்கை. பட்டுப் போன மரமாய் இப்போது என் முன் அவள்.

சாப்பாட்டு மேசை மீது அவள் சதா குடித்தே பசி தீர்த்துக் கொண்டிருக்கும் எவர்சில்வர் தண்ணீர் குவளையை நோக்-கியே, அவளின் கண் ஜாடை கை அசைவு கனத்த நாட்-கள் வந்தால் அடியோடு எல்லாம் ஸ்தம்பிதம் தான் சரிவு தான் நிலை குலைவு தான் நான் தண்ணீர்க் குவளையைக் கொண்டு, இவளிடம் போகிறேன் கை வாங்கிப் பருகா-மல், அதுவும் ஸ்தம்பிதம் நான் பருக்கி விட மடமடவென்று குடிக்கிறாள் சுமார் இரு மாதங்களுக்கு மேலாக எதுவும் சாப்பிட முடியாமல், முழுபட்டினி கிடந்த என் தேவதை.

நேற்று நடந்த கொடூரம் பகல் முழுதும் இவள் தூங்கி விழிக்கும் போது தேகம் நெருப்பாய் சுட்டது பனடோலும் கைவசமில்லை நாளை காலை வேலைக்காரி வரும் போது கொடுக்கலாமென்றிருந்து விட்டேன் . அன்று இரவே கட்டி- லில் தூங்குவது போல் இவள் கதை முடிந்து விட்டது நீண்- டகாலமாயல்ல இருள் கனத்த ஒரு யுகத்தில் இப்படிஅவள் சடம் மரத்து செத்து மறைந்த கதை ஒரு வழக்காய் எடு- படாமல், போன மனவருத்தம் மட்டுமே எனக்குள் மிஞ்சி அலைகழிக்கிறது இந்த சோக நிகழ்வுக்கு கர்மாவே காரண- மென்று,பலர் கூறினாலும் என் மனம் இதை ஒரு வேதமாக ஏற்க மறுக்கிறது.

அன்பு நதி வற்றிப் போய், மனம் போன போக்கில் பேசினால், என்ன நடக்கும் நன்றாகப் படித்து ஒரு கணித மேதையாகவே உச்சத்தில் சென்று பிரகாசித்து ஒளிர வேண்- டிய என் மகன் இன்று என் மகள் விதியின், கை பொம்மை- யாகி பஸ்மமாகவே எரிந்து சாம்பலாகிப் போனாள் இப்போது நான் தனியாக இந்த சாம்பல் மேட்டில் ஏறி நின்று, கண்ணீர் மழை குளித்தவாறே, அழைக்கிறேன் அன்பு செய்ய வாருங்- கள் நீங்கள் வாய் திறந்தால், வேதம் தான் வரவேண்டும். வேகம் வந்து வந்து வீண் வார்த்தை பேசினால், வீழ்ச்சி மட்- டுமல்ல சாவும் வந்து தழுவிக் கொள்ளும் அதுவும் தென்ற- லாகவல்ல, தீயாகவேவந்துசுடும் இப்படி பெருந் நீயாய் எரி- கிற நெருப்புக்கு நான் வெறும் சாட்சி புருஷன் மட்டுமே இந்த நிலயில் தான் நான் சொல்கிற வேதமெல்லாம் மறவா- தீர்கள். அன்பு செய்யுங்கள்.

2. உண்மை நண்பர்

- கோகிலா மகேந்திரன்

வெயிலின் வெம்மையைச் சுமந்து கொண்டு காற்று வந்து பட படக்கிறது கடற்கரையில் அரை நித்திரையில் ஆழ்ந்- திருந்த கேமிற் நண்டைக் கடல் அனிமனியின் குரல் தட்டி எழுப்புகிறது.

“அண்ணை, கேமிற் அண்ணை .. எழும்பு .. இரண்டு பேருமாய் உலாவப் போவம்...”

நடக்க முடியாத கடல் அனிமனி ஒரு குத்துக்கரணம் போட்டு கேமிற் நண்டின் வீட்டின் மேல் ஏறிக் குந்திக் கொண்டது

சோம்பல் முறித்துக் கொண்ட நண்டு,

“உனக்கு நடக்கப் பஞ்சி எண்டால் நீ சுகமாய் எனக்கு மேலை ஏறிக் குந்திடுவாய்.. என்ன?”

என்று செல்லமாகக் கோபித்துக் கொண்டே மெதுவாக நகரத் தொடங்கியது.

திடீரென சுற்றாடலில் ஏற்பட்ட ஒரு சிறு மாற்றத்தை உணர்ந்து கடல் அனிமனி தன் உடலைச் சுருக்கித் தாக்கு-தலுக்கு ஆயத்தமானது.

கடல் அனிமனியின் ஆரவாரத்தை உணர்ந்து கேமிற் நண்டும் உடலை வீட்டினுள் மறைத்துக் கொண்டது. சிறிது நேரம் ஓடி மறைந்தது.

ஒன்றையும் காணவில்லை.

வீட்டிற்குள்ளிருந்து மெதுவாகத் தலை நீட்டியது

நண்டு,”என்ன? என்ன பிரச்சினை வெளியிலை?” என்று கேட்டது.

உடலை நிமிர்த்திக் கொண்ட கடல் அனிமனியும் “ஏதோ சிறிய மாற்றம் தெரிஞ்சுது சூழல்லை. அதுதான் உனக்கும் அறிவிச்சன் . நாங்கள் எதுக்கும் ஆயத்தமாய் இருக்க வேணும் எண்டாலும் நீ பயப்பிடாதை. என்ரை தாக்குதல் கருவிகள் எப்பவும் ஆயத்தமா இருக்கு” என்று கூறியதைக் கேட்டு நிம்மதியுடன் சிரித்தது நண்டு.

“எனக்கு எப்பவும் ஒரு பாதுகாப்பாய் நீ இருப்பாய் எண்-டுதானே உன்னை நான் முதுகிலை காவிறன். இல்லாட்டி எனக்கென்ன வீசரே?”

“சரி,சரி... நட... நட..” மீண்டும் இருவரும் மிடுக்குடன் பயணத்தைத் தொடர்ந்தனர். சிறிது தூரம் நகர்ந்ததும், “இந்தா இது உனக்கு நல்ல புது இடம் சாப்பாட்டுக்கு ஒரு

கை பாரன்'' என்றது நண்டு

''நாங்கள் இரண்டு பேரும் எப்பவும் ஒற்றுமையாய் இருப்பம். அதால இரண்டு பேருக்கும் நன்மை'

என்று புன்சிரிப்புடன் கூறிக்கொண்டே, புது இடத்தில் உணவு தேடத் தொடங்கியது கடல் அனிமனி.

3. டைமன் கண்ட உண்மை

- புதுமைப்பித்தன்

[டைமன் : ஏதென்ஸ் நகரத்துக் குபேரன்

பிளேவியஸ் : யோக்யமான வேலைக்காரன்

அல்கிப்யாடிஸ் : உண்மையான வாஞ்சையுள்ள சேனாதிபதி

அப்பெமென்டாஸ் : லோகத்தை திட்டும் சித்தாந்தி

அயோக்ய நண்பர்கள், கவிராயர்கள், கடன்காரர்கள், செனட் சபையினர் முதலியோரும் வந்துபோவார்கள்.]

பணக்கார டைமன் - டைமன் குபேர சம்பத்துடையவன்; கிரேக்க நாகரிகத்தின் நாற்றங்கால் என்று சொல்லவேண்டிய ஏதன்ஸ் நகரத்தின் பிரதான பிரஜை. உலகத்தின் சௌபாக்கியங்கள் யாவும் அவன் காலடியில் கிடந்தன. பணம் இருந்தால் மட்டும் போதுமா. தாராளமாக இரு கைகளாலும் வாரி வழங்கும் மனசும் இருந்தது.

ஷேக்ஸ்பியர் - அவன் மாளிகையிலே நண்பர்களுக்கு ஓயாத விருந்து. எடுத்த வார்த்தைக்கெல்லாம் பரிசு. அவனுடைய ஜீவியமே பெருங் களியாட்டமாக இருந்தது.

ஏதன்ஸ் நகரத்தின் குடியாட்சியில் அவனுக்கு சொல் சக்தி உண்டு ; ஏனென்றால் நகரத்துச் சேனையில் தலைமை வகித்துப் போர் புரிந்து பவித்திரமான வடுக்கள் பெற்றவன்.

டைமனை, ஏதன்ஸ் நகரத்தின் அதிர்ஷ்ட தேவதை என்றே சொல்லவேண்டும். அவன் வீட்டில், ''ஐயோ '' என்று வருகிறவன் மனம் ஒடிந்து திரும்பமாட்டான். பாட்டுக் கட்டிவரும் கவிராயரும் வர்ணப்படம் தீட்டிவரும் ஓவியக்

காரரும் பட்டினியோடு திரும்பியதில்லை. நகை வியாபாரிக-ளுக்கு அவர் முற்றத்தில் கொள்ளை லாபம்.

டைமன் அவ்வூரில் மூன்றுபேரைத் தன் உயிருக்குயிரான நண்பர்களாக மதித்திருந்தான். அவன் வீட்டுக்கு அவர்கள் விருந்தாடி வந்து பரிசில் பெற்றுப் போகாத நாள் கிடையாது. ஆனால் அவர்கள் அவனைப் பணம் காய்ச்சி மரம் என்று நினைத்திருந்தார்கள். அவன் புன்சிரிப் பின் தன்மையிலே தளிர்த்தார்கள்.

டைமன், வாரி வழங்கும் துரு துருப்புக் கொண்டவனாத-லால், இரண்டு கைகளாலும் கடன் வாங்கி வந்தான். வென்-டிட்டஸ் என்ற நண்பன் ஒருவன் கடன் காரன் கையில் சிக்-கிக் கொண்டானா; உடனே அவனை மீட்க டைம னின் பணம் விரைகிறது. ஒரு ஏழைக் கிழவன்; அவனுக்கு ஒரு மகள். அவளை டைமனுடைய வேலைக்காரன் காதலிக்கி-றான். கிழவனுக்கோ, தட்டுத் தூக்குகிறவன் தன் மகளைக் கலியாணம் செய்துகொள்வதா என்பது. இந்தச் செய்தி காதில் விழுந்ததும் அந்த இரண்டு இளம் ஜீவன் களும் சுகமாக இருக்க, வேண்டிய பணத்தை வேலைக்காரனுக்குக் கொடுத்து, அவனை அடி மைத் தளையிலிருந்து விடுவித்து, கல்யாணமும் செய்துவைக்கிறான்.

டைமனுக்கு வாழ்விலே கஷ்டம் தெரிய வில்லை. பணத்-தின் சிக்கல்கள், மனித குணத்தின் ஆழம்,- இவற்றை அறிந்துகொள்ள அவகாசம் இல்லை; அப்படி பெரியதொரு கேளிக்கையாக. இருந்தது அவர் வாழ்வு. ஆனால் அவனு-டைய கொடுக்கல் வாங்கல் விவகாரங்கள், அவனது ஆசைகள் ஓடும் திசையில் போக்கு அறிந்து அவற்றை நடத்திவைப்பது அவனுடைய மாளி கைக் கணக்கப்பிள்ளை-யான பிளாவியஸ். அவன் யோக்யன்.; டைமனின் சிறுபிள்-ளைத்தனமான விளையாட்டின் விபரீதம் எங்கு வந்து விடி-யும் என்பதை உணர்ந்தவன்; எ ஜமான் பேரில் மாறாத பாசம் வைத்த பணியாளன்.

ஏதன்ஸ் நகரத்தைக் காப்பதற்காக, முன்பு டைமன்ஸ் தலைமையில் நடைபெற்ற போரில், துணையாக நின்ற

அல்க்கிப்யாடிஸ் என்றசேனாதி பதிக்கு உண்மையான நட்பும் விசுவாசமும் உண்டு. அவன் இப்போது ஏதன்ஸ் நகர குடி யாட்சியின் ஸ்தானாதிபதி.

ஆனால் நகரக் குடியாட்சியோ உளுத்துப் போனதொரு செனேட் சபையின் நிர்வாகத்தின் கீழ் சிக்கிக் கிடந்தது. சபை அங்கத்தினரோ உடலும் நெஞ்சும் வரண்ட பேர்வ- ழிகள், பணத்தை குட்டிபோட விட்டுப் பெருக்குவதி லேயே பொழுதையும் வயதையும் கழிப்பவர்கள். இவர்களுக்கு டைமன் என்றால் பிடிக்காது. கெவுருதை ' பிடித்த பயல், படாடோபக்காரன் என்று வெறுப்பவர்கள். டைமனுடைய கிரகம் உச்சத்திலிருக்கும்வரை அவனை இவர்களது வெறுப்- புத் தீண்டுவதற்கு திராணியற்று முடங்கிக் கிடந்தது.

இந்த நகரத்தின் கோலாகல வாழ்வுக்கும் சர்கேட்டுக்கும் மாற்று மருந்துபோல ஒரு சித் தாந்தி நடமாடித் திரிந்தான். லோகத்தின் பகட்டு, படாடோபம், நம்பிக்கை மோசடி இவற்றை குத்திக் குத்திக் காண்பிக்கும் சுபாவம் உள்ளவன். அழையா விருந்தினனாக எல்லா இடங்களிலும் நுழைவான், திட்டுவான், தூற்று வான். மனிதர்கள் என்றால், சகல துற்- குணங் களுக்கும் தாயகமான ''கெட்ட ஜாதி'' பிராணி என்று நினைப்பவன். வலியப் போய் ஒருவன் முன்னால் உட்கார்ந்துகொண்டு அவனை வாய்க்கு வந்தபடி திட்டு- வான். ஏதன்ஸ் வாசிகள் தங் களுக்குப் பொழுது போகா- விட்டால், இவனது திட்டுகளை உல்லாசமாக ரசிப்பார்கள். இவன் பெயர் அப்பெமென்டாஸ். இவனுக்கு ஒரு சீடன் உண்டு. அவன் பெயர் முட்டாள்.

கடைசி விருந்து - செல்வம் என்பது என்ன வற்றாத ஊற்றா. டைமனுக்கும் பணமுடை என்ன என்பது தெரியும் சமயம் வந்தது. ஒருநாள் வேட்டை யாடி விட்டு உத்சாகமாக விருந்துக்குத் திரும்பு கிறான் டைமன். கடன்காரர்களுடைய வேலைக்காரர்கள் பணத்துக்கு அவனிடம் நேரில் இடை மறித்துக் கேட்கிறார்கள். சிறிது மண் கரைங் தால் போது- மல்லவா? கரை உடைத்துக் கொண்டதுபோல் நாலா திசை-

யிலும் கடன் காரரர்கள் பிச்சுப் பிடுங்குகிறார்கள். கணக்குப் பிள்ளை பிளேனியஸ் எத்தனையோ நாள் சால் ஜாப்புச் சொல்லிப் பார்த்தான். கடன்காரரர்கள் எத்தனை நாட்கள்-தான் பொறுத்திருப்பார்கள். டைமனோ "கொடு கொடு" என்பதைத் தவிர கணக்குப் பார்க்க உட்காரவில்லை.

டைமனுக்கு உட்கார்ந்து கணக்கைப் பார்த் ததும் பயமா-கத்தானிருந்தது. இத்தனை நாள் ஏன் சொல்லவில்லை என் று கோபிக்கிறான். சொல்லுவதற்கு வாயெடுக்க விட்டால்-தானே. பணத்தைத் திருப்பிக் கொடுப்பதில் என்ன பிர மாதம். உயிர்த்தோழர்களுக்கும், உதவி பெற்ற வர்களுக்கும் ஆள் அனுப்புகிறான். அவர்களுக்கு, என்ன பைத்தியமா. இப்பொழுதில்லையே. " ஒரு மணி நேரத்துக்கு முன் வந்தி-ருக்கக் கூடாதா. "என் பணம் வேறு ஒரு இடத்தில் சிக்கிக் கிடக்கிறதே." ஐயோ பாவம் டைம. னுக்கா இப்படி வரவே-ணும்" என்று சொல்லி அனுப்பிவிடுகிறார்கள்.

"இத்தனை நாள் வெறும் அந்தரத்தில் அல்லவா நடமா-டிக்கொண்டிருந்தோம்". "தடுமாறிய காலுக்கு தாங்கல் இல்லை" என்ற உண்மை டைமனை நிலைகுலையச் செய்-கிறது.

அவனுடைய சித்தம் கலங்கி விடுகிறது. ஒரே நாளில் பிச்சைக்காரனாகி, இத்தனை நாள் கூடிக் குலாவியவர்கள் ஏறெடுத்தும் பார்க்காமல் போனால் யாருக்குத்தான் மூளை கலங்கி விடாது. மனம் கைத்துப்போய் நண்பர்களை மறுப-டியும் விருந்துக்கு அழைக்கும்படி பிளேவியஸுக்கு உத்தரவு போடுகிறான்.

எஜமானுடைய கோபத்தை சமாளித்துக் கொண்டு வந்த கணக்குப் பிள்ளைக்கு இன்னுமா வெறித்தனம் என்று படு-கிறது.

"போய் அழைத்துக்கொண்டுவா" என்று கர்ஜிக்கும்போது என்ன செய்ய முடியும்.

அழைப்பைக் கண்ட நண்பர்கள், டைமன் அடியோடு அழிந்துவிடவில்லை என்று நினைக் கிறார்கள். அவனு-

டைய மனசு கள்ளங் கபடு அற்றது. பிறரை சந்தேகிக்காதது என்பது அவர்களுக்குத் தெரியும். பஞ்சப்பாட்டுப் பாடி இன்னும் கிடைக்கிறதைத் தட்டிக்கொண்டு போகலாம் என்று நினைக்கிறார்கள். ருசிகண்ட பூனைகள் அல்லவா.

டைமன் மாளிகைக்கு ஒவ்வொருவராக வந்து பழய கும்பல் கூடுகிறது. அதிதிகளுக்கு மூடியிட்ட பாத்திரங்களில் பறிமாறப்பட்டிருக் கிறது. நம்மை பிரமிக்க வைத்து மகிழ வைக்க புது தினுசான பரிசில் வந்திருக்கும் என்று மனப் பால் குடிக்கிறது இந்த சீலைப்பேன் கும்பல்.

“தகுதிக்குத் தகுந்தபடி விருந்து.” கொடுக்கிற விருந்தை ரசியுங்கள்; கொடுக்கிறவனை நினைக்க வேண்டாம்! இருபதுபேர் கூடினால், இருபதுபேரில் யோக்கியர்களே இருக்கக் கூடாது; லோகம் அப்படி. அழைப்புபற்றி எனக்குக் கவலையில்லை; பாத்திரத்தைத் திறந்து நக்குங்களடா. நாய்களா” என்கிறான் டைமன். பாத்திரத்தில் மூடி வைத்திருந்தது வெறும் வென்னீர்தான்.

வென்னீரை இந்த அயோக்கிய கும்பல்மேல் ஊற்றி அடித்துத் துறத்தி விடுகிறான் டைமன்.

இதற்கிடையே, அல்கிப்யாடிஸ், தன்னு டைய நன்பனுக்காக செனேட் சபையில் பரிந்து பேசுகிறான்; வரட்டுக் கிழங்கள் அவனையும் நாடு கடத்தி விடுகின் றன. டைமன்மீதும் கடுந்தண் டனை விதிக்கப்போவதாக கொக்கரிப்பு. அதற் காக அவன் காத்திருந்தால்தானே. மனிதர்களுள் கூடி வாழ்வதைவிட மிருகங்களிடை காட்டில் திரிவது நல்லது என்று நாகரிகத்தின் பகட்டை பசையற்ற தன்மையை வைதுகொண்டே போய் விடுகிறான்.

மிஸ் ஆந்த்ரபாஸ் - சித்தம் கலங்கி காட்டில் மனம்போனபடி நடமாடித் திரிகிறான் டைமன். அவன் உள்ளம் அக்னியாகக் கொதிக்கிறது. லோகமானது அன்பு, பாசம் என்பவை சற்றும் தளிர்விட முடி யாத சுடுகாடாகத் தோன்றுகிறது அவனுக்கு. மீஸ் ஆந்த்ரபாஸ் என்று தனக்கு பெயர் ஒன்று வைத்துக்கொண்டு உலகத்தையும் அதன் அயோக்-

கியத் தன்மைகளையுமே திட்டுபவனாக காலத்தைக் கழிக்கிறான். வெறிகொண்ட மன சுக்கு குழிதோண்டும் குணம் ஒன்று ஏற்பட்டு விடுகிறது.

இவன் இவ்வாறு தோண்டிக் கொண்டிருக் கையில் ஒரு புதையல் கிடைக்கிறது. மனம் கலங்கிய டைமனுக்கு தங்கத்தின் உபயோகம் புதுமாதிரியாகப்படுகிறது. உலகத்தை அழிக்க, அதை நாசம் செய்ய உபயோகப்படுத்த வேண்டும்.

கடற்கரையருகிலே உள்ள குகை ஒன்றில் டைமன் குடியிருக்கிறான். இந்தச் சமயத்தில் அல்கிப்யாடிஸ் தன்னுடைய சைன்னியத்துட னும், வைப்பாட்டிகள் இருவருடனும் அங்கு வருகிறான். டைமன் மனசுக்கு ஆறுதல் சொல்லி அழைத்துப் போகவேண்டும் என்ற ற ஆசை. டைமனைக் கொடுமைப்படுத்திய ஏதன்ஸ் நகரத் தின்மேல் படை எடுத்துச் சென்று அதை அடக்கவேண்டும் என்று விரும்புகிறான்.

ஆனால் டைமனுடைய மனம் அடியோடு சிதைந்துவிட்டது. அல்கிப்யாடிஸையும் அவனு டன் வந்த இரு பெண்களையும் வாய்க்கு வந்தபடி வைகிறான். ஈவு இரக்கம் காட்டாமல், ஏதென்ஸ் வாசிகளை கிழம், குஞ்சு, பெண் என்ற பேதம் பாராமல் கொல்லு என்று கூவுகிறான். லோகத் தில் நோயைப் பரப்பும்படி, பெண்களுக்கு புத்தி சொல்லி, கண்டெடுத்த பொன்னை கொடுக்கிறான்.

இவன் போன பிறகு அப்பெமென்டாஸ் வருகிறார். 'யாரடா என் வேஷத்தைப் போட்டுக் கொண்டு உலகத்தைத் தூற்றுகிறவன்?' என்று கோபிக்கிறான். இரண்டுபேரும் மனமார வாயார வைதுகொள்கிறார்கள். "உன்மேல் ஒரு கல்லெடுத்து அடித்தால், கல் நஷ்டம்" என்கிறான் டைமன்.

"அடே உன்னை ஏமாற்றினவனைப்போல் வேஷம்போட்டு அவனை ஏமாற்று; அதுதான் லோக சம்பிரதாயம்" என்கிறான் அப்பெமெண் டாஸ்.

"நாயே," "பேயே" என்று திட்டிக்கொள்ளுகிறார்கள்.

"நீடூழி வாழ்ந்து உன் கசப்பைக் கட்டிக் கொண்டு அழு" என்று ஆசீர்வதிக்கிறான் அப்பெமென்டாஸ்.

"நீடூழி வாழ்ந்து பிறகு செத்துத் தொலை" என்று மறு ஆசீர்வாதம் கொடுக்கிறான் டைமன்.

டைமனிடம் இன்னும் பணம் இருக்கிறது. என்ற ரகசியம் எப்படியோ பரவிவிடுகிறது. அவனிடம் கொள்ளையடிக்க— லாம் என்று சில திருடர்கள் வருகிறார்கள். அவர்கள் எதிர்— பார்த் ததற்கு மாறாக, அவர்களுக்கு பணத்தைக் கொடுத்து லோகத்தைக் கொள்ளையடிக்கும்படி சொல்லியனுப்புகிறான். "லோகமே ஒரு பெரும் திருட்டு; சந்திரன், சூரியனிடமிருந்து வெளிச் சத்தைத் திருடுகிறது; சூரியனும் திருடன் கடலி— லிருந்து தண்ணீரைத் திருடுகிறான்; உலகமும் திருடுகிறது. உங்களைப் பிடித்துக் கட்டும் சட்டம்; அதுவும் திருடுகிறது! இதோ இன் னும் பொன் இருக்கிறது; எடுத்துக்கொண்டு— போய் இன்னும் கொள்ளையடியுங்கள்" என்று அனுப்புகி— றான்.

டைமன் பித்தம் பிடித்து புறப்பட்டுவிட்ட தைக் கண்டு மனம் நொந்துபோன பிளேவியஸ் வனைத் தேடிக்கொண்டு கடைசியாக இந்தக் குகைக்கு வந்து சேருகிறான்.

கோலாகலமாக வாழ்ந்து வந்த டைமன் இருக்கும் நிலை கண்டதும் அவனது நெஞ்சம் வெதும்புகிறது. தன்னிடம் பணம் இருக்கிறது; இன்னும் பழயபடி அவரிடம் பணியா— ளாக. வேலைபார்க்க விரும்புவதாகச் சொல்லுகிறான்.

"லோகத்திலுள்ள தனி யோக்கியனே, இதோ என்னிடம் கொஞ்சம் பணம் இருக்கிறது; அதை எத்துக்கொண்டுபோய்ச் சேர்; மனுஷன் மூஞ்சியைப் பார்க்க எனக்குப் பிடிக்க— வில்லை; நாயைப் பட்சமாக பார்த்துக்கொள்; மனுஷ னுக்— குக் கொடுக்காதே" என்று பதில் கொடுக்கிறான் டைமன்.

'வேறு ஒன்றும் வேண்டாம்,' உமது பக்கத்திலிருந்து ஆறுதல் சொல்ல அனுமதி கொடுங்கள்' என்று கெஞ்சுகி— றான் பிளேவியஸ்.

"சாபத்துக்கு பயம் இருக்குமானால் இங்கே இருந்து ஓடிப்போ. இந்தப் பக்கம் தலைகாட்டாதே" என்று சொல்லி— விடுகிறான்.

டைமனிடம் பணம் இருக்கிறதென்ற சேதி ஏதன்ஸ் நகருக்குள்ளும் பரவிவிடுகிறது. கவிராயரும், படம்போடுகிற-வனும் இவனைத் தேடிக் கொண்டு வருகிறார்கள். கூழைக்-கும்பிடு போட்டு, வாயாரப் புகழ்கிறார்கள். கவிராயர் தம் கற்பனைச் சரடுகளை எல்லாம் அள்ளி வீசு கிறார். கொஞ்-சநேரம் இவர்களை நையாண்டி செய்துவிட்டு "சில அயோக்கியர்கள் இருக்கி றார்கள்; அவர்களைப் போக்கி-விட்டால் உங்களுக்குப் பொன் தருகிறேன் " என்கிறான் டைமன்.

"சொல்லுங்கள், நிமிஷத்தில் தீர்த்துவிட்டு மறுவேலை பார்க்கிறோம்" என்று ஆரவாரம் செய்கிறது இந்தக் கற்-பனைக் கும்பல்.

"நீங்கள்தானடா அந்த அயோக்கியர்கள்" என்று அவர்-களை உதைத்து விரட்டிவிடுகிறான்.

இந்த நிலையில் அல்கிப்யாடிஸின் சைன்யம் ஏதன்ஸ் நகரை நெருங்குகிறது. பீதியடித்துப் போன செனட் சபைக்கு டைமன் ஞாபகம் வருகிறது. அவன் காலடியில் விழுந்து மன்னிப்புக் கேட்டுக்கொண்டு அவனை அழைத்துவந்து, அவனது வீரத்தை உபயோகித்து தன்னைக் காப்பாற்றிக்-கொள்ள முயலுகிறது.

மன்னிப்புக் கேட்டுக்கொண்டு சமாதானம் செய்து, டைமனை அழைத்துப்போவதற்காக, ஏதன்ஸிலிருந்து இரண்டு செனட்டர்கள் வருகி றார்கள். பிளேவியஸ், அவர்-களை அழைத்துக் கொண்டு வருகிறான்; ஆனால் எச்ச-ரிக்கிறான், டைமன் யாரையும் ஏறெடுத்தும் பார்ப்பதில்லை என்று.

இருந்தாலும் ஆசை யாரை விட்டது ; அதுவும் அபா-யம், பின்புறம் நின்று துரத்தும் போது.

குகைக்கு வெளியே வந்து நின்றுகொண்டு பெயர்சொல்லி அழைக்கிறார்கள்.

"அடே நாசமாய்ப் போக; நாக்குப் புழுத்துப்போக" என்று ஏசிக்கொண்டே வெளியே வருகிறான்.

ஏதன்ஸ் நகரத்தின் சார்பாக மன்னிப்புக் கேட்கிறார்கள். அல்கிப்யாடிஸின் சீற்றத்தைத் தடுக்க தாங்களே வந்து தலைமைபூண்டு சேனையை நடத்திச் செல்லவேண்டும் என்று கோருகிறார்கள்.

அல்கிப்யாடிஸிடம் இதைச் சொல்லுங்கள்: அவன் எப்-படிக் கொலை செய்து குடலைப் பிடுங்கி எறிந்தாலும் டைமனுக்குக் கவலையில்லை. கிழ வர்களை, கன்னிகளை, வாலிபர்களை கொன்று யுத்தம் என்ற யாக குண்டத்தில் போடட்டும், டைமனுக்கு கவலையில்லை. பணக்காரக் கடவுள் கள் எங்களைக் காப்பாற்றும்; திருடர்கள், பணக்-காரர்களைக் காப்பாற்றுவதைப்போல" என்று சொல்லுகிறான் டைமன்.

"அவரிடம் பேசிப் பிரயோஜனமில்லை; திரும்பிப் போங்-கள்" என்று சொல்லுகிறான் பிளேவியஸ்.

"ஏதென்ஸ் நாசமாகப் போகிறதென்றால் வருத்தமாகத்தா-னிருக்கிறது. எப்படியிருந்தாலும் தாய்நாடு அல்லவா" என்று ஆரம்பிக்கிறான் டைமன்.

செனட்டர்களுக்கு நம்பிக்கை பிறக்கிறது.

"பிரபுவே" என்று வாயார வாழ்த்துகிறார்கள்.

"ஏதென்ஸ் நகரவாசிகளிடம் இதைப் போய்ச் சொல்லுங்-கள். இங்கே ஒரு பெரிய மரம் ஒன்று தளதளப்பாக வளர்ந்-திருக்கிறது. அதை என் னுடைய உபயோகத்துக்காக வெட்டி விடலாம் என்றிருக்கிறேன். ஏதென்ஸ்வாசிகள் எல்லாரும், அவகாசத்தை நழுவவிடாமல் சீக்கி ரம் வந்து அந்த மரத்-தில் தூக்குப்போட்டுக் கொள்ளட்டும்; பிறகு மரம் இருக்-காது" என்றுகிண்டல் செய்கிறான் டைமன்.

"அவரிடம் பேசிப் பயனில்லை; அவர் இப்படியேதான் சொல்லிக்கொண்டிருப்பார்" என்கிறான் பிளேவியஸ்.

"டைமன் கடற்கரையருகிலே அழியாத மாளிகை கட்டிக்-கொண்டான்; கடல் அலைகள் அந்த மாளிகையை தினசரி குளிப்பாட்டும்; என்னுடைய கல்லறை குத்துக்கள், கைத்த வார்த்தைகளில் நோய்க்கும் போருக்கும் மிஞ்சுகிறவர்களை

சபிக்கும் என்று ஏதென்ஸுக்கு சொல்லுங்கள். டைமன் ஆட்சி முடிந்தது."

அல்கிப்யாடிஸ் ஏதென்ஸ் நகரத்து மதில் களை எட்-டிவிட்டான். தொடை நடுங்கித் தலைவர்கள், சரணாகதி செய்துவிட்டார்கள். டைமனுக்கு கொடுமை இழைத்தவர்க-ளுக்கு அவர்கள் வகுத்த சட்டமே நியாயம் சொல்லும் என்று எச்சரிக்கிறான். எதற்கும் சம்மதிக்கிறார்கள்; யுத்தமில்லா-விட்டால் போதும்.

ஆனால் வெற்றிக்கு முந்திவிட்டான் டைமன். அவனைத் தேடிச் சென்ற சோல்ஜர் அங்கு ஒரு கல்லறையைத்தான் பார்க்கிறான். அதிலே "இங்கு கிடக்கிறது ஒரு சடலம்; என் பெயரைக் கேட்காதே; லோகத்தில் லோகத்தில் மிஞ்சிய அயோக்கியர்கள் நாசமாய்ப்போக; உலகம் வெறுத்த டைமன் இது. ஆசை தீர சபித்து விட்டுப் போ; நிற்காதே போ."

தாராளமாக வழங்கிய கை, மண்ணாகி மக்கி சபிக்கிறது.

4. 'உண்மை'யில் எரிபவள்

- சு. சமுத்திரம்

ஊரின் பொதுவிடமான பிள்ளையார் கோவில் முகப்பில், பெரிய மனிதர்கள் என்று சொல்லப்படுகிற எல்லோருமே, அங்கு போடப்பட்டிருந்தபெஞ்சுகளில் உட்கார்ந்திருக்க, சின்ன மனிதர்கள் என்று கருதப்படுகிறவர்கள், அங்கு-மிங்குமாக நின்று கொண்டிருந்தார்கள். பெரிய மனிதர்கள் வந்து விட்டார்களே தவிர, மகாப் பெரிய மனிதர்கள் இன்-னும் வரவில்லை. எப்போது வரவேண்டும் என்று தெரிந்து வைத்திருந்த அந்த உள்ளூர் லேட்' தலைவர்களுக்காக போடப்பட்டிருந்த நாற்காலியில் உட்கார யாருக்கும் தைரியம் வரவில்லை. ஒரு நாற்காலியில் உட்காரலாமா என்பது மாதிரி அதன் விளிம்பில் கைவைத்த ஒரு "முன்னாள் " தலைவரை பெஞ்சில் உட்கார்ந்திருந்த ஒரு 'இந்நாள்' தலைவர் பார்த்த பார்வையில், பார்க்கப்பட்டவர், நாற்கா-

லியில் அழுக்குப் படிந்திருப்பதை பாரார்த்து விட்டு, மனம் பொறுக்காமல் துடித்ததற்கு அத்தாட்சியாக தன் துண்டை எடுத்து அதைத் துடைத்தார்.

இதேபோல சின்ன மனிதர்கள்தான் அங்கே நின்றார்களே தவிர, மகா சின்ன மனிதர்களை அங்கே காணவில்லை. வரவேற்பு வளைவை கட்டுவதிலும், தரிசனம் தரப்போகிற அதிகாரிகளுக்கு ராஜ நாற்காலிகளைத் தூக்கிப் போடுவதி-லும், தின்பண்டங்களை தயாரிப்பதிலும் அவர்கள் ஈடுபட்டி-ருக்க வேண்டும். இன்னொன்று. இந்த மகா சின்ன மனி-தர்களில் — பெரும்பாலோர், வயல் வரப்புக்களில் குளத்து மேடுகளில் அல்லாடிக் கொண்டிருக்கிறவர்கள்... அவர்கள் வரவில்லை . ஏன் வரவேண்டும்? அவர்களுக்குத்தானே அதிகாரிகள் வருகிறார்கள்!

உண்மையில் எரிபவள் ஆயிற்று.

எல்லாம் வந்துவிட்டன. எல்லாரும் வந்துவிட்டார்கள். ஜீப் சத்தத்தைத்தான் காணவில்லை. அந்தக் காலத்து விருந்தோம்பல் பொருட்களாக, நுங்கிற்குப் பதில் "ஐஸ் கிரீம் " கள், அடுக்கி வைக்கப்பட்டிருந்தன. இளநீர்களுக்குப் பதில், 'பேண்டாக்கள்... பதனீருக்குப் பதில், 'பாம்கோலாக்-கள்' ஒரு கூடை நிறைய பூமாலைகள்... அவற்றின் மேலே செண்டுகள். அவற்றிற்கும் மேலே எலுமிச்சம் பழங்கள்.

எல்லாவற்றுக்கும் மேலே எலுமிச்சைப் பழம் மாதிரி கண்-களைத் துருத்திக்கொண்டு, ஊர் முனையையே பார்த்துக் கொண்டிருந்த பழைய பஞ்சாயத்துத் தலைவர் பரமசிவம், புதிய தலைவராக வரத்துடிக்கும் கனகலிங்கம், பள்ளிக்கூட மானேஜர் இசக்கி முத்து, கூட்டுறவு சங்கத் தலைவர் பெரு-மாள், பிராஞ் போஸ்ட்மாஸ்டர்ராமசுப்பு, நாட்டாண்மை பெருமாள் முதலிய மகாப் பெரிய மனிதர்கள், நாற்காலிக-ளில் உட்கார முடியாமலும், எழுந்திருக்க முடியாத நிலை-யிலும் ஆடிக் கொண்டிருந்தார்கள்.

"பால் ரெடியா இருக்கா" என்றார், பழைய பஞ்சாயத்து.

“பேசாமல் டவுனிலிருந்து ‘ஆவின்’ பாலே கொண்டு வந்திருக்கலாம்” என்றார் புதிய பஞ்சாயத்து.

“ரெண்டும் இருந்தாலும் தப்பில்லியே” என்றார் பழைய கர்ண ம்.

“இல்லாவிட்டாலும் தப்பில்லை’ என்றார் பதவி போனாலும், காணத்திடம் உள்ள பகையை மறக்காத பழைய முன்சீப்.

“பாலு பத்தாதுன்னு நினைச்சேன். ஏன்னா, ஒரு வேளை... ‘ஆர்.டி.ஓவும்’ வரலாமுன்னு தாசில்தார் என்கிட்டே சொன்னார்” என்றார் பழைய பஞ்சாயத்துத் தலைவர்.

“டி.டி.ஓ.வும்’ (டிவிஷனல் டெவலப்மெண்ட் அதிகாரி) வரலாமுன்னு பீ.டி.ஓ.’ என்கிட்ட சொன்னார்” என்றார் பஞ்சாயத்தின் எதிர்காலம்.

அதிகாரிகளின் பதவிப் பெயர்களைவிட, ‘என்கிட்ட’ என்ற வார்த்தைக்கே, இருவரும் அதிகம் அழுத்தம் கொடுத்து, அங்கேயே முதல் தேர்தல் பிரசாரத்தை துவக்குவது போல் தோன்றியது. இந்தச் சமயத்தில், ஒரு இடக்கு — மடக்குவாதி ” எதுக்கும்..... நிறைய பாலு வாங்கி வைக்கலாம்... சர்க்கார் போல அவங்க குடிக்க வராவிட்டால் .. அவங்க போல நாம குடிக்கலாம்” என்றார் — நாக்கைச் சப்பிக்கொண்டே, பிறகு ” அப்போ மட்டும் நமக்கா இந்தப் பயலுவ பால் தருவாங்க.... நாற்காலியில் ஒக்காந்திருக்கிறவங்க. ஒரே மொடக்கா குடிச்சுப்பட மாட்டாங்களா என்ன...” என்று நினைத்தவர்போல், உதட்டைத் துடைத்த நாக்கை உள்ளே இழுத்துக் கொண்டார்.

நேரம் ஆகிக்கொண்டிருந்ததே தவிர, ஜீப்சத்தம் கேட்கவில்லை. அந்த ஊருக்குள் எந்த ஜீப்பும் நுழைவதற்கு முன்னால், ஒரு கிலோ மீட்டர் தூரத்திற்கு முன்பே, இழவு மேளம் மாதிரி சத்தம் கேட்கும். எதிரொலி கொடுக்கும் வகையில் பாறைகளை ஊர் உள்ளடக்கி வைத்திருப்பதே காரணம். இன்னும் சத்தத்தையே காணோம். எப்போ

வந்து.... எப்போ பேசி...

தன்னிறைவுத் திட்டம்' என்ற திட்டத்தின் கீழோ அல்லது மனு நீதித் திட்டம் என்ற ஒன்றின் கீழோ, ஏதோ ஒன்றின் கீழ், பெரிய அதிகாரிகள் அன்று ஊருக்கு வந்து முகாம் போட்டு மக்களின் குறைகளை நேரில் கண்டறிந்து, முடிந்தால் அங்கேயே ஆவன செய்யவேண்டும் என்பது ஏற்பாடு. இதற்காக எப்பாடு பட்டாவது அதிகாரிகள் வரப்போகிறார்கள். நோட்டீஸ் அச்சாகி விட்டது. அது போதாதென்று தண்டோரா போட்டு சுற்றுப்புறமெங்கும் சொல்லி யாகிவிட்டது. அதிகாரிகள் வந்த பிறகு, கிராமத்தில் தேனும் பாலும் ஓடும் என்று சொல்லியாகிவிட்டது. சொன்னதுக்கு ஏற்ப பால் (அதிகாரிகளுக்கு) காய்ந்து கொண்டிருந்தது. தேனுக்குப் பதிலாக, கேசரி புரண்டு கொண்டிருந்தது. இன்னொரு பிரமுகர் வீட்டில், கோழிகள் சதை சதையாக வெந்து கொண்டிருந்தன.

திடீரென்று வண்டி வரும் சத்தம் கேட்டது. பெரிய மனிதர்கள் எழுந்து நின்றார்கள். மிகப்பெரிய மனிதர்கள், நான்கடி தூரம் முன்நோக்கி ஓடிப்போய் நின்றார்கள். சின்ன மனிதர்கள், சிறிது ஒதுங்கி நின்று கொண்டார்கள்.

வந்தது வண்டிதான். காண்டிராக்டர் துரைச்சாமியின் மோட்டார் பைக் . வரும்போதே இதோ வந்துக்கிட்டே இருக்காங்க' என்று சொல்லிக்கொண்டே, வண்டியை அவர் ஓடித்த வேகத்தில், சற்று தொலைவில், போட்டிக் கூட்டம் நடத்திக் கொண்டிருந்த எருமை மாடுகள் கூட , ஜீப்பை வரவேற்கப் போவதுபோல், ஊர்முனையைப் பார்த்து ஓடின. புதுப்பணக்காரரும், ஒரே சாதியில் "இரப்பாளிவம்சத்த" சேர்ந்தவருமான காண்ட்ராக்டர்மாசானம், ஒரு நாற்காலியில் உட்காரப் போனபோது, சில பெரிய மனிதர்கள், வெற்றிலைச் சாரை வெளியேற்றும் சாக்கில் 'தூ' என்றார்கள்.

எல்லோரும், ஜீப்பை எதிர்பார்த்து, கண்களை காக்க வைத்தபோது, நான்கைந்து பேர் தலைகளில் விறகுக் கட்டோடும். புல்லுக்கட்டோடும் வந்து கொண்டிருந்தார்கள். எந்-

தப் பயல்கள் வந்தாலும் நம்ம பொளப்பு மாறப்போறதில்ல. சீக்கிரமா நடங்கடா என்று ஒரு நடுத்தர விவசாயத் தொழி-லாளி முணுமுணுத்தபோது ‘தலைக்கட்டு’ கூட்டம் தன்-பாட்டுக்கு நடந்து கொண்டிருந்தது. ஆனால், தலையில் விறகை வைத்திருந்த முனியம்மா மட்டும், அங்கே யாராவது விறகு வாங்குவார்களா என்று நினைத்ததுபோல், நெற்றியில் வழிந்து, கண்களுக்குக் விழப்போன வேர்வையை, வலது கை ஆள்காட்டி விரலால் கண்டி விட்டுக்கொண்டே, எம்பிப் பார்த்தாள். அறுபது வயதுக்காரி; விதவை. சொந்த பந்தம் இல்லாதவள். அவளைப் பார்த்துவிட்ட கண்டிராக்டர் மாசா-னம், “முனியம்மா... செத்த நேரம் நில்லு... ஒனக்கும் நல்ல காலம் பிறக்கப்போகுது...” என்றார்.

‘எனக்கா’ என்பது மாதிரி, அகலவாய் பிரித்து அவள் பார்த்த போது, திசைமாறிய தலையில் விறகுக்கட்டு தடு-மாறியது. காண்டிராக்டர் கண்களைச் சிமிட்டிக் கொண்டே பேசினார்.

“ஆமாம் பாட்டி... அதிகாரிங்க ஊர்ப்பிரச்சினையைத் தீர்க்க வராங்க. ஒனக்கு முதியோர் பென்ஷன் கொடுக்க ஏற்பாடு பண்ணலாம். தாசில்தார்கிட்ட நீயும் சொல்லு. நானும் சொல்றேன்...”

இரண்டு மூன்றுபேர், மாதா மாதம் ஏதோ பணம் வாங்கப் போவதாகக் கேள்விப்பட்டிருந்த முனியம்மா, விறகுக்கட்டை கீழே போட்டுவிட்டு, அதன் மேலேயே உட்காரப் போனாள். பிறகு அப்படி உட்காருவது அவள் செய்யும் தொழிலுக்கு மரியாதைக் குறைவானது என்று நினைத்தவள்போல், கிழிந்த புடவையை கைகளால் சேர்த்துப் பிடித்துக் கொண்டே நின்-றாள். பெரிய மனிதர்களில் ஒருவர், காண்டிராக்டரின் விலா-வில் இடித்து, “ஓமக்கு தராதரம் தெரியமாட்டக்கே” என்-றபோது, காண்டிராக்டர் “சொம்மா கிடயும்... மந்திரிங்க எல்லாம், ‘டவுன் டிராடன்” — அதாவது ஏழைபாளை ஏழைபாளைன்னு பேசுற காலம். நாமும் , ஊர்க்கூட்டத்தில் ஏழைகபாளைங்கள் சேர்த்திருக்கோமுன்னு தெரியாண்-

டாமா?'' என்று சொல்லிவிட்டு, மேற்கொண்டு பேசப்போனவர் திடீரென்று எழுந்தார்.

ஜீப் சத்தம் கேட்டது. சிறிது நேரத்தில் ஜீப் தெரிந்தது. அடேயப்பா.... ஒரு ஜீப் அல்ல. நான்கைந்து ஜீப்கள் வந்தன. ஒவ்வொன்றிலும் ஏழெட்டு அதிகாரிகள்....

முன்கூட்டியே , முகப்பில் நிறுத்தப்பட்டிருந்த பெரிய வீட்டுச் சின்னப் பிள்ளைகள், அதிகாரிகளுக்கு, சந்தன தட்டையும், வெள்ளைக் கற்கண்டு தாம்பாளத்தையும் காட்டின. அதிகாரிகள் பூசிக் கொண்டும், மென்று கொண்டும் ராசாதி ராச கம்பீரமாய் தயாராக இருந்த நாற்காலிகளில் உட்கார்ந்தார்கள்.

மாவட்ட கல்வி அதிகாரியின் மேல், மானேஜர் கண்களை விட்டார். இதேபோல் டெவலப்மென்ட் ஆபீசர்மேல், இரண்டு 'பஞ்சாயத்து போட்டி'ப் பிரமுகர்களும், டெப்டிரிஜிஸ்டிரார்மேல், கூட்டுறவு சங்கத் தலைவரும், மாவட்ட சிறு தொழில் அதிகாரிமேல் உள்ளூர் பீடித் தயாரிப்பாளர்களும், என்ஜினீயர் மேல் காண்டிராக்டரும், தத்தம் கண்களைச் செலுத்தினார்கள். அவர்கள் பக்கத்தில் போய் உட்கார இடம் கிடைக்குமா என்பது மாதிரி தாங்கள் உட்கார்ந்திருந்த நாற்காலிகளை தள்ளிக்கூடப் பார்த்தார்கள். மாவட்ட குடும்பநல அதிகாரிமீதுதான் , யாரும் கண்வைக்கவில்லை. அவர்தான், கேஸ் கிடைக்குமா என்பது மாதிரி சற்று தொலைவில் வயிறு உப்பிய பெண்களைப் பார்த்தார்.

சிறிது மௌனம்.

வரவேற்பு நிகழ்த்துபவர்போல், பழைய கூத்தாடியும், இன்றைய பண்ணையாருமான ஒருவர், "ராமன் கால்பட்டு, அகல்யைக்கு விமோசனம் வந்ததுபோல், ஒங்க கால்பட்டாவது இந்த ஊருக்கு விமோசனம் வரட்டும்'' என்றார். அவர் சொன்னது சரிதான் என்பது மாதிரி ஊர் பிரமுகர்கள் அத்தனை பேரும் கல்மாதிரி இருந்தார்கள்.

முனியம்மாவுக்கும் மகிழ்ச்சி அதிகரித்தது. ஆபீசர் எஜமான்கள் சிரிக்கிற சிரிப்பைப் பார்த்தால், அவளுக்கும்

முதியோர் பென்ஷன் கிடைக்கும் என்று நம்பினாள். 'பணம் மாசா மாாசம் வருமாமே.... எப்படியோ... இந்த விறகு வெட்டுற வேலைய நிறுத்தணும். கழிசடத் தொழில். சீ.... அப்டில்லாம் பேசப்படாது. பணம் வருதுன்னு கண்ணுமண்ணு தெரியாம ஆடப்படாது. விறகு வெட்டுறது கஷ்டமுன்னால், புல்லாவது வெட்டணும்.''

அதிகாரிகள் அந்தஸ்து எப்படி இருந்தாலும் அதிக அதிகாரங்களை வைத்திருந்த ரெவின்யூ டிவிஷனல் ஆபீசர், "சரி.... பட்டுப்பட்டுன்னு ஒங்க குறையைச் சொல்லுங்க" என்றார்.

உடனே ஒரு பிரமுகர், "பள்ளிக் கட்டிடத்துல மழை வந்தால் ஒழுகுது. வேற ஒன்று கட்டிக்கொடுக்கணும்" என்றார். இதற்குப் பதிலளிப்பதுபோல் மாவட்ட கல்வி அதிகாரி, "இங்கே தனியார் பள்ளிக்கூடம் இருக்கு. இதுக்கு நாங்க கட்டிடம் கட்ட முடியாது.... கூடாது" என்றார்.

பள்ளி மானேஜர், பழைய பகையை புதிய விதத்தில் காட்டிப் பேசிய பிரமுகரை முறைத்துப் பார்த்துக்கொண்டே, டெப்டி இன்ஸ்பெக்டரைப் பார்த்து இளித்தார். எல்லோருக்கும் புரிந்துவிட்டது. பள்ளிக் கட்டிடத்தைப் பற்றி பேசினால், மானேஜர் இசக்கிமுத்து இடிந்துவிடுவார். வேண்டாம், நம்ம ஊர்க்காரன்". நீண்ட மௌனம்.

முனியம்மா, தன் அனாதரவான நிலையைக் கூறி, முதியோர் பென்ஷனைப் பற்றி பேசப்போனாள். பிறகு யோசித்தாள். 'ஊர் விவகாரந்தான் முக்கியம். சொந்த விவகாரம் அப்புறம். பள்ளிக்கூடம் இடிந்து விழப்போவுதுன்னு ஏதோ கேட்டாங்க. அப்புறம் ஏன் பேசாம இருக்காங்க. நாமளாவது யோசன சொல்லணும். பாவம்... முன்னால் மதுரையில் செத்தது மாதிரி வாழப்போற குழந்தை செத்துடப்படாது. பாரு.....'

முனியம்மா, சத்தம் போட்டே பேசினாள்.

"ஏன் சாமி யோசிக்கிய? இசக்கிமுத்து பள்ளிக்கூடத்துக்கு கட்டிடம் கட்டிக் கொடுக்க முடியாதுன்னா அதுவே சின்னப்

பிள்ளிய எல்லாத்துக்கும் பெரிய சமாதியா ஆயிடும். நீங்-
களே மடத்தூர்ல இருக்கது மாதிரி ஒரு பள்ளிக்கூடத்த
ஆரம்பிக்கக் கூடாதா? பிள்ளியளுக்கும் மத்தியானச்சோறு
கொஞ்சமாவது கிடைக்கும். இசக்கிமுத்துதான் என்ன பண்-
ணுவான்? அவ்வளவு வாத்தியாருக்கும் சம்பளம் கொடுக்க-
ணும். அவங்களுக்கு பாதிச் சம்பளம் கொடுக்கதுக்கே படா-
தபாடு படுறான்."

எல்லோரும், முனியம்மாவைப் பார்த்தார்கள். இசக்கி-
முத்து, பல்லைக் கடித்தார். கிழவி, சம்பளம் சரியாகக்
கொடுக்கவில்லை என்பதிலிருந்து மத்தியானச் சாப்பாடு
போடாதது வரை சொல்லிட்டாளே. கிழட்டுச் செறுக்கி...
இருடி இரு...'

முனியம்மா, அப்பாவித்தனமாகச் சிரித்தாள். எல்லோரை-
யும் களங்கம் இல்லாமல் பார்த்தாள். திகைத்துப் பார்த்த
அதிகாரிகளை ஒரு தலைவர் திகைக்காமலே பார்த்தபடி,
"பாவம் ஏழைக்கிழவி எதையும் தெரியாம பேசுவாள்" என்-
றார். அதிகாரிகள் பயத்தோடு சிரித்தார்கள்.

முனியம்மா யோசித்தாள். 'பென்ஷனைப் பற்றிப் பேச,
இதுதான் சாக்கு சொல்லட்டுமா...? தப்பு. ஊர்விவகாரம்
மொதல்ல முடியட்டும்.'

பள்ளிக்கட்டிடத்தைப் பற்றி பைசல் செய்யாமலே, "கூட்-
டுறவு சங்கத்துல எல்லாப் பொருளும் சரியா கிடைக்குதா?"
என்றார் கூட்டுறவு அதிகாரி.

எல்லோரும் மௌனமாக இருந்தபோது, கூட்டுறவுச் சங்-
கத் தலைவர், தன் தொடையில் கிள்ளிய வலி தாங்க
முடியாத ஒரு பிரமுகர், "எல்லாம் கிடைக்குது. எப்பவும்
கிடைக்குது" என்றார்.

நீண்ட மௌனம். முனியம்மா யோசித்தாள். ஒரு
யோசனையும் சொன்னாள்.

"எங்க சாமி சரியா கிடைக்குது? பெருமாள்தான் என்ன
பண்ணுவான்? வெளியூர்ல இருக்க ஹோட்டல்காரங்க கூட,
அவன் கிட்டவந்து அரிக்கிறாங்க. இவங்க உபத்திரம் தாங்க

முடியாம, நேத்துக்கூட , ஒரு மூட்டை சர்க்கரையை வண்-
டிலே ஏத்தி அனுப்புறான். நீங்க நிறைய கொடுத்தால் ஊர்-
சனத்துக்கும் அவன்

ஏதோ கொடுப்பான்... இல்லியா...? அதிகமா கொடுங்க
சாமி.''

பிரமுகர்கள், இப்போது முனியம்மாவை அதிர்ச்சியுடன்
பார்த்தார்கள். 'கிழவி திட்டம் போட்டுப் பேசுகிறாளா?
யாரும் தயார் பண்ணி விட்டிருக்காங்களா?

முனியம்மா, இப்போதும் களங்கமில்லாமலே சிரித்தாள்.
சிறிது தைரியப்பட்டவளாய், கூட்டத்திற்கு முன்னால் வந்து
நின்று கொண்டாள். அந்தச் சமயத்தில் பழைய பஞ்சாயத்-
துத் தலைவர், ''எல்லா ஊருக்கும் பஸ் வந்துட்டுது. எங்க
ஊருக்கு இன்னும் வரல. கொஞ்சம் சீக்கிரமா...'' என்று
இழுத்தார்.

போக்குவரத்து சம்பந்தப்பட்ட அதிகாரி, ஏதோ பதிலளிக்-
கப் போனபோது, முனியம்மா குறுக்கே புகுந்தாள்.

''பஸ்ஸு கிடக்கட்டும். தட்டுப்பாறை ரோட்ட மொதல்ல
கவனிங்க. ஊர்த் தெருவைப் பாருங்க.... மூணு வருஷமா
ஒரு வண்டி மண்ணுகூட அடிக்கல. பஸ் வந்தா திரும்பிப்
போவாது.''

மாவட்ட என்ஜினீயர், காண்டிராக்டரையும், யூனியன்
எஞ்ஜினீயரையும் ஒரு மாதிரிப் பார்த்தார். மூன்று மாதத்-
திற்கு முன்புதானே, பத்தாயிரம் ரூபாய் எஸ்டிமேட்டில்
வேலை நடந்ததாகப் பில்' வந்தது. அவர் ஏதோ சொல்லப்-
போனபோது, காண்டிராக்டர் சுதாரித்துக் கொண்டார்.

''நம்ம முனியம்மா... திக்கில்லாத கிழவி. முதியோர்-
பென்ஷன் கொடுக்கணும். பாட்டி விவரமா... அய்யாமா-
ருங்க கிட்ட ஒன்னப் பத்திச் சொல்லு...''

முனியம்மா, விவரமாகச் சொல்லப் போனாள். அப்படிச்
சொல்வதற்கு ஆயத்தமாக தலையை நிமிர்த்தியபோது, தற்-
செயலாக வெளியே முப்பது வயது மாயாண்டி சற்றுத்
தொலைவில் நொண்டிக்கொண்டே போவது தெரிந்தது.

'பனை மரம் மாதிரி இருந்தவன்; இப்போ கோணத் தென்னை மாதிரி ஆகிட்டான். நாமாவது விறகு சுமந்து பொழைப்போம்; அவன் வேலைக்கு கீலைக்கு போக முடி-யாமல் அவஸ்தப்படுறான்.... அவன் விவகாரத்த மொதல்ல பேசலாம்.'

முனியம்மா, அங்கிருந்தபடியே கத்தினாள்.

"ஏய்... மாயாண்டி.... யாரும் ஒன்ன அடிக்க மாட்-டாங்க. சும்மா வாடா. பன்னாரிப்பய மவன்.. பாக்கான் பாரு. வாடா..... ஒனக்கு நல்ல காலம் பிறந்துட்டு... ஓடியாடா... ஓடியா..."

எல்லாரும், அவளுக்குப் பைத்தியம் பிடித்து விட்டதுமா-திரி, பைத்தியக்காரத்தனமாய் சிரித்தார்கள். முப்பது வயது மாயாண்டி, என்ன செய்யலாம் என்று யோசித்தான். பிறகு, முனியம்மாவின் பேச்சுக்குக் கட்டுப் பட்டவன் போல், முத-லில் மெள்ள மெள்ள நடந்து, பிறகு வேகமாக வந்தான். வந்தவனின் கையைப் பிடித்துக் கொண்டே, முனியம்மா அரற்றினாள்.

"பாருங்க சாமி. இவன் ஆறு மாசத்துக்கு முன்னால், அடியும் தலையும் ஒரே மாதிரி ராசா மாதிரி இருந்தான். சொம்மாக் கிடந்தவனை 'குடும்பக் கட்டுப்பாடு செய்துக்க-டான்னு.... இழுத்துக்கிட்டு போனாங்க. என்ன பண்ணு-னாங்களோ தெரியலே. வலிக்குதுன்னு துடிச்சான். அறுத்-துப்போட்ட ஆஸ்பத்திரிக்கு பலதடவை போனான். எல்லா-ரும் நாளைக்கு வா நாளைக்கு வான்னு சொன்ன துல... இப்போவ இவன் சாவுறதுக்கு நாளைக்கோ இன்னைக்-கோன்னு ஆயிட்டான். பிள்ள குட்டிக்காரன். ஏதாவது பண்-ணுங்க சாமி... ஒங்க ஆளுங்க, ஆள அறுக்கதுக்கு காட்-டுற வேகத்த, அப்புறம் காட்டமாட்டக்காங்க. பன்னாடப்பய மவனே.... எசமாங்ககிட்ட சொல்லேண்டா..."

மாயாண்டி, பேசத் திறனின்றி தலையைச் சொறிந்தான். இதற்குள் உள்ளூர் பள்ளி ஆசிரியர் ஒருவர், எதுவும் பேசாதே என்பதுபோல், தன் வாயில் ஆள் காட்டி விரலை

வைத்து அடித்தார். மாயாண்டி புரிந்து கொண்டான். புரியாத முனியம்மா மாயாண்டிக்காகப் பரிந்து பேசினாள்.

“பயப்படுறான் சாமி... போன வாரம், இவங்க சேரிக்கும்.... எங்களுக்கும் சின்னத் தகராறு. எங்க ஆளுங்க, இவங்கள் ஊருக்குள்ள வரப்படாதுன்னு... வழியில் முள்ள வச்சு அடைச் கட்டாங்க. இவங்க, இப்போ இந்தப் பக்கம் வாரது இல்லே. இவன் எப்படியோ வந்துட்டான் . நீங்கதான் இந்த விவகாரத்தையும் தீர்த்து வைக்கணும்... சாமிமாரே. இல்லான்னா, சேரி ஆளுங்களுக்கும் எங்க ஆளுங்களுக்கும் சண்ட வந்து, பத்து கொலையாவது விழும். ஏல மாயாண்டி ! எப்டி, ஆப்ரேஷன் பண்ணாங்க.... அப்புறம் என்ன ஆச்சுன்னு தர்மதுரைங்ககிட்ட... சொல்லுடா.... இப்போ சொல்லாட்டா... ஒன் கோளாறு எப்போதான் தீரும்? ஊருக்குள்ளே வந்ததுக்காவ , எங்க ஆட்கள் அடிக்க மாட்டாங்க.... சும்மா சொல்லுடா...”

ஊர்ப் பிரமுகர்கள், ஒன்றானார்கள். பஞ்சாயத்தின் கடந்த கால, எதிர்காலத் தலைவர்கள், ஒருவரையொருவர் ஆதரவாகப் பார்த்துக் கொண்டார்கள். ‘கிழட்டுக் செறுக்கிக்கு என்ன திமிரு இருந்தால், இப்படி பேசுவாள்.... ஊர்க்காரங்களையே காட்டிக் கொடுக்காளே....’

காண்டிராக்டர், அதிகாரிகளை நோக்கிக் கனிவாகப் பேசினார்.

“அடடே... நேரமாகிட்டே... மொதல்ல சாப்பிட்டுட்டு வந்துடுவோம். அப்புறம் பேசலாம்.”

எல்லாரும் ஆனந்தப் பரவசத்துடன் எழுந்தார்கள். கோழிகள் கருகிய வீட்டைப் பார்த்து மெல்ல நடந்தார்கள்.

கூட்டம், மெள்ள மெள்ளக் கரைந்தது.

முனியம்மா, விறகுக் கட்டிலில் கைபோட்டு, ஒரு கல்மேல் உட்கார்ந்தாள். மாயாண்டி, அவளுக்குப் பக்கத்தில் உட்கார்ந்தான். விருந்துக்குப் போக முடியாத சிலர், அவளை விரோதத்துடன் பார்த்தார்கள். முனியம்மாவுக்கு ஒன்றுமே புரியவில்லை. ‘தன் பேச்சுக்கு யாருமே மறுபேச்சு

பேசலியே.... ஏன்... அதிகாரிங்க பேசல... பாவம், பசியில் வந்திருப்பாங்க... சாப்பிட்டுட்டு வரட்டும். இந்த மாயாண்டி பயலைப் பத்தி 'அடிச்சுப் பேசணும். நம்ம பென்ஷனப் பத்தியும் கேக்கணும்.'

எங்கேயோ நகரப்போன மாயாண்டியின் வேட்டியைப் பிடித்து இழுத்துக்கொண்டே "இருடா.... இப்ப வந்துடுவாங்க..." என்றாள்.

ஒரு மணி நேரம் ஓடிவிட்டது.

தரையின் சூடு தாங்காமல், விறகுக்கட்டே பற்றி எரியப்போவதுபோல் சுட்டது. முனியம்மா எழுந்து நின்று எட்டி எட்டிப் பார்த்தாள். 'அதோ... வாசலுக்கு வெளியே அதிகாரிங்க வந்துட்டாங்க... ஏய்மாயாண்டி நீயும்... ஒன் நிலைமையை அடிச்சுக் சொல்லுடா.... என்ன இது... ஜீப்பு வண்டிங்க... ஊரவிட்டு ஓடுது. போயிட்டாங்களா — ஒருவேள் சாயங்காலம் வருவாங்களோ — பாவம் வெயிலாச்சே...'

முனியம்மா, மாயாண்டியை போகவிட்டு, தானும் போகலாமா என்று யோசித்துக் கொண்டிருந்தபோது, அதிகாரிகளை வழியனுப்பி வைத்துவிட்டு, ஊர்ப் பிரமுகர்கள் கூட்டம், அவளை நோக்கி வந்தது. முனியம்மா , விகற்பம் இல்லாமல் கேட்டாள்.

"சாயங்காலம் வருவாங்களா...?" காண்டிராக்டர், உடனே பதிலளித்தார்.

"ஆமாம். ஒன்னைப் பார்க்க சாயங்காலம் வாராங்க. ஒனக்கு மாசம் நூறு ரூபாய் பென்ஷன் தருவாங்களாம்."

முனியம்மாவால் நம்ப முடியவில்லை . 'நூறு ரூபாயா.... மாரியம்மா... தெய்வமே... நீ நிசமாவே தெய்வந்தாண்டி' அந்தக் மூதாட்டி, வயது வித்தியாசத்தைப் பார்க்காமல், காண்டிராக்டர் காலில் விழப்போனாள். உடம்பு இருந்த சோர்வில், அவளால்

அப்படி செய்ய முடியவில்லை. மனம்விட்டு கூவினாள்.

“ஏதோ.... ஒன் புண்ணியம் ராசா.... இந்த மாயாண்டிப் பயலுக்கும்....”

“தனி ஆஸ்பத்திரியிலே.... காட்டி, இவனை மட்டும் கவனிக்கப் போறாங்களாம். சாயங்காலம் வரப்போறாங்க. எங்கேயும் போயிடாதீங்க. அறிவு கெட்ட முண்ட... இருக்க இடம் கொடுத்தால், படுக்க இடமா கேக்குற..? திருட்டுச் செறுக்கி....”

முனியம்மாள் திடுக்கிட்டாள். பிரமிப்புடன் காண்டிராக்டரைப் பார்த்தாள். அவர்பற்கள், ஒன்றுடன் ஒன்று பிராண்டின. இதற்குள் ஊர்ப் பிரமுகர்கள் வாய்க்கு வந்தபடி கேட்டார்கள்.

“ஒன்ன... எவன் பேசச் சொன்னான்? சர்க்கரையைப் பற்றிய எதுக்குடி பேசுற? ரோடு எப்டி இருந்தா ஒனக்கென்ன நாயே...? கையெழுத்துக்கூடப் போடத் தெரியாதவளுக்கு பள்ளிக் கூடத்தப்பத்தி பேச என்ன யோக்கிய இருக்கு? சேரிப் பசங்கள் வரவிடாமல் வழியை அடச்சத... எதுக்குழா சொன்னே ? ஏல.... மாயாண்டி எதுக்குல... ஊருக்குள்ள வந்தே...? ஓடுல..... ஏய்கிழட்டுச் செறுக்கி! என் நிலத்துல போட்டுருக்க குடிசையை ராத்திரியோட ராத்திரியா எடுத்துடணும். இல்லன்னா.... அங்கேயே வச்சு.. ஒன்னை எரிச்சுடுவேன்.”

முனியம்மாவுக்கு ஒன்றுமே புரியவில்லை. எதுவுமே ஓடவில்லை. எதுக்காக திட்டுதாவ. என்னத்த அப்படிச் பெரிசா பேசிப்பிட்டேன். இதனாலயாருக்கு நஷ்டம்? அடமாரியம்மா... நான் என்னத்தடி அப்படிப் பேசிப்பிட்டேன். வழியில் கிடக்க ஓணான எடுத்து மடில போட்ட கதையாப் போச்சே. இதுவரைக்கும் ஒரு சொல் கூட வாங்காத என்னை, ஒரேயடியா வாங்கவச்சுட்டியேடி.’

முனியம்மா, தலைதெறிக்க ஓடிக்கொண்டிருந்த மாயாண்டியைப் பார்த்தபோது, தலைவர்களில் ஒருவர், “இப்ப மட்டும் இந்தப் பயலால எப்டி ஓட முடியுது? குடும்பக் கட்டுப்பாடு ஆபரேஷனால் நடக்க முடியலன்னு நடிச்சிருக்கான்.

உண்மைகள்

இந்த கிழட்டுச் செறுக்கியும் எப்டி நடிச்சுட்டாள் பாருங்க...
என்றார்.''

எவரோ ஒருவர் முனியம்மாவை அடிக்கப் போனார்.
இன்னொருவர் அவரை பிடிக்கப் போனார். சிறிது
அமைதி.... பிறகு எல்லோரும் போய்விட்டார்கள் ஒற்று-
மையாக.

முனியம்மா ஊர்ப் பெரிய மனிதர்கள் முதுகுகளையே
பார்த்துக் கொண்டு இருந்தாள். 'எதுக்காவ, பேய்ப்பயலுவ...
பேய்மாதிரி ஆடுறானவ? என்ன நடந்தது இப்போ ? அது-
வும் நானா வரல்லியே. அவன்தான் கூப்பிட்டாள்....
பேகனதுல இது இது தப்புன்னு சொன்னால் அர்த்தம்
இருக்கு... அர்த்தம் இல்லாம திட்டுறதுல என்ன இருக்கு?
குடிசையை வேற எரிப்பேன்னு மிரட்டுறான். எரிச்சால் எரிக்-
கட்டுமே. ஈமச் செலவு மிச்சம்.'

அறுபது ஆண்டுகால, உயிர் அங்கேயே பிரிந்து போன-
துபோல், முனியம்மா கண்கள் தெறிக்க , நாக்கு துடிக்க,
அப்படியே நிலையிழந்து நின்றாள். கண்கள் திறந்திருந்-
தாலும் எல்லாம் இருட்டாகி, தானும் இருட்டானதுபோல
தோன்றியது. சிறிது நேரத்திற்குப் பிறகு விறகுக் கட்டைப்
பார்த்தாள். அதுவும்

அவள் பேசிய உண்மையைப் போல், மரத்துக் கிடந்தது.

உண்மை என்ற தர்மத்தை தன்னை அறியாமலே தலை-
யில் ஏற்றுபவள்போல் அவள், விறகுக் கட்டைத் தூக்கி
தலையில் வைத்துக் கொண்டு.....

அந்த விறகாலேயே, தன் உடம்பை, தானே எரிக்கப்
போகிறவள் போல் போய்க்கொண்டிருந்தாள்.

5. புற்றுச் சாமியும் உண்மையின் விளக்கமும்

- தேவகாந்தன்

நல்லதம்பி ஆசிரியருக்கு அது நம்பிக்கை அவநம்பிக்கை என்பவைகளுக்கு அப்பால், புற்றுச் சாமியைக் காண்பதி-லுள்ள அந்தப் பின்னடிப்பு நேரமின்மையின் காரணமாகவே இருந்தது. இல்லாவிட்டால் மனைவி அஞ்சனாதேவியின் விருப்பத்தை மீறுகிறவரல்ல நல்லதம்பி. அவரறிந்தவரையில் புற்றுச் சாமியைத் தேடிக் கண்டுபிடித்ததொன்றும் யாருக்கும் சுலபத்தில் இருந்துவிடவில்லை. மதியத்தில் தேடத் தொடங்-கினால்தான் மாலைக்குள்ளாகவாவது அந்த அடர் பனங்கூ-டற் பற்றைக்குள் அவரைக் கண்டுபிடிக்க வாய்ப்பிருக்கிறது. அதுவும் நிச்சயமில்லாதது. தியானம் கூடும்வரை மனித சஞ்-சாரமற்ற அப் பனங்கூடலுள் அங்கிங்காய் நடந்து திரியும் புற்றுச் சாமி, எந்த அயற் கிராமத்தையும் எது தேவைக்கா-கவும் அணுகுபவரில்லை. தன் காரியமாய் அவர் வெளியே செல்வதற்கு ஒரேயொரு நாள்தான் உண்டு.

பூமியை இருள் கவியும் மாதத்தின் அந்த ஒரேயொரு நாளான அமாவாசையாகவே அது இருந்தது. சாமி அன்று தன் விருப்ப தரிசனம் கொடுப்பதும் அவிநாசிக்கு மட்டுமா-கவே இருந்ததென்பதும் பலரறிந்த ரகசியம். அது இரண்டு சக்திகளின் சங்கம காலமாகவன்றி வேறல்லவெனவே அறிந்-தவர்கள் சொல்லிக்கொண்டு இருந்தார்கள். சாமிபோலவே அவிநாசி. சாமிக்கு தன் சக்தியை வெளிப்படுத்த சமயங்கள் கிடைத்ததோடு, தந்திரங்களும் தெரிந்திருந்தன. அவிநாசி அவை கைவரப்பெறாதவள். ஆனால் சக்தி உள்ளவள். அதை திரிபட்ட சடையிலும், சிவந்த கண்களிலும், கறுத்த பற்களிலும், குறைச் சுருட்டின் புகைப்பிலும் ஒருவரால் தெளிவாகக் கண்டுகொள்ள முடியும். சாமி பேசுவார் இரண்-டொரு வார்த்தையேனும். அவிநாசி பேசா நாட்களே அதி-கமிருந்ததெனச் சொல்வார்கள். அது சக்தியின் திளைப்பில்-லாமல் வேறென்னவென கிராமங்கள் திகைப்போடு சொல்-

லிக்கொண்டன.

அருகிலிருந்து கண்ட கிராமங்களிலிருந்து பரவிய தகவல்களை நகரமும் நம்பத் தொடங்கியிருந்தது. சிறிது சிறிதாக ஓட்டு வீடுகளின் மேல் நள்ளிரவுகளில் விழும் மாயக் கல்லெறிகள், காரணமின்றித் தோன்றி மருந்துக்கும் அடங்காதிருக்கும் வயிற்றுப் போக்குகள், தூக்கத்தை இடை- யறுத்துக்கொண்டு பலத்த கதறல்களை உண்டாக்கும் பயங்- கரக் கனவுகளென அதுவும் சாமியை அணுகத் துவங்கியது. அதற்கும் நேரமின்மையென்ற பெருங்குறை இருந்தது. நல்- லதம்பி ஆசிரியருக்குப்போல அடிக்கடி லீவுபோட்டு சம்பளப் பிடித்தமாகும் நிலைமையில் எத்தனை பேர் அவர்களில் இருந்தனரென்பது சொல்லமுடியாதது. ஆனால் நல்லதம்பி ஆசிரியரின் நிலை அதுதான். அவரது தயக்கம் நியாயமா- னதாகவே இருந்தது. ஆயினும் அஞ்சனாதேவியின் ராத்- திரிக் கனவுகளின் பயங்கரத்தால் விளையும் அவளதும் தனதும் தூக்க இடர்ப்பாட்டினாலும், அக்கம் பக்கத்தின் முறைப்பாட்டினாலும் ஒருநாள் புற்றுச் சாமியைத் தேடிக் கண்டு தன் குறை சொல்வதென அவர் தீர்மானித்துக்- கொண்டார்.

ஒருநாள் இரண்டு மணிக்கு பள்ளி முடிந்த நேரத்தில் புற்றுச் சாமி இருக்கிற இடத்தைக் காட்ட அந்தச் சூழலில் குடியிருக்கும் ஒரு மாணவனையும் அழைத்துக்கொண்டு சைக்கிளில் புறப்பட்டார் நல்லதம்பி. பனங்கூடல் தெரிகிற இடத்தில் சைக்கிளிலிருந்து குதித்துக்கொண்ட மாணவன், தூரத்தில் நின்றுகொண்டே அதைச் சுட்டு விரலால் காட்- டிவிட்டு திரும்பிப் போய்விட்டான். சைக்கிளை ஒரு வீட்டு வாசலில் நிறுத்தி அங்கிருந்த ஒரு முதியவரிடம் சாமிபற்றி விசாரித்து அனுகூலமற்ற தகவலுடன், சைக்கிளை அங்- கேயே சொல்லி நிப்பாட்டிவிட்டு அவர் பனங்கூடலை நோக்கி நடந்தார்.

வழியற்றுக் கிடந்த பற்றையைக் கண்டபோதே அன்- றைக்கு சாமியைக் கண்டுவிடலாமென்ற நம்பிக்கை நல்- லதம்பியிடம் விடைபெற்றுக்கொண்டது. ஆயினும் திரும்ப

இன்னொரு தடவை வருகின்றதற்கான வாய்பின்மையையும், யாரையும் கூட்டிவரும் சாத்தியமின்மையையும் யோசித்து கால் தடம் கிடந்த ஓர் ஒற்றையடி வெளியில் நல்லதம்பி உள்ளே நுழைந்தார். சிறிதுநேரமாக குனிந்தும் ஒதுங்கியும் நடந்தவர் திடீரென பனைகள் மட்டுமாயிருந்த ஒரு வெளியை வந்தடைந்தார்.

அங்கே ஒரு பெரும்புற்று ஓரிரு பனைகளைக் கவ்வியபடி பரந்து விரிந்து எழுந்திருந்தது. ஆளுயரத்திற்கு மேலிருந்த புற்று. புதுக் களி மண்ணால் பூசியதுபோன்று செம்மை செழித்திருந்த புற்றில் ஆயிரம் கண்களும் புதியதாய்த் தென்பட்டன. சாமியை அவ்விடத்தில் காணலாகுமென ஏனோ நம்பிக்கை பிறந்தது நல்லதம்பிக்கு. பயம் விளைந்ததாயினும் அவர் மேலும் நடந்து புற்றின் மறுகரையடைய மண் நிறத் துண்டு கட்டி புரிசடை, நீள் தாடியுடன் ஒரு கரிய உரு அங்கேயிருப்பதைக் கண்டார். அதுதான் சாமியென்பதை அறிய வேறு ஊகங்கள் வேண்டியிராத நல்லதம்பி, கண்மூடியிருந்த சாமியை நெருங்கினார். திடீரென, ‘வாரும், என்ன விஷயம்?’ எனக் கேட்டார் சாமி. நல்லதம்பிக்குத் திகைப்பாகப் போய்விட்டது. கண்மூடிய நிலையிலிருந்த சாமிக்கு தன் வரவு எப்படித் தெரிந்ததென அவரால் எதுவும் நினைக்க முடியவில்லை. வாய் வார்த்தையிழந்து அவர் முன்னால் நின்று கும்பிட்டார். பின் சுதாரித்து, ‘சாமி...’ என்றார்.

‘சொல்லும்.’

தன் மனைவிக்கு நள்ளிரவுகளில் சவ ஊர்வலங்கள், மரண வீடுகளின் ஒப்பாரி, கொலைகளும் வெட்டுண்ட அங்கங்களுமாய் கனவுகள் தோன்றுவதையும், அவள் விழிப்பும் உடனடியாகக் கொள்ளாமல் படுக்கையில் உருண்டு புரண்டு கதறுவதையும் நல்லதம்பி சொன்னார். தன் அயலில் சிறிதுகாலத்திற்கு முன் நள்ளிரவில் ஒரு வீட்டுக்கு கல்லெறி விழுந்த கதையைக் குறிப்பிட்டு, தான் குடியிருக்கும் சூழலின் கனதியைத் தெளிவாக்கவும் அவர் தவறவில்லை. சாமி வந்துதான் அவளுக்கு என்ன வருத்தமென்பதை அறிந்து

பரிகாரம் செய்யவேண்டுமென இரங்கினார்.

சிறிதுநேரம் மௌனமாயிருந்த சாமி கண் விழித்து அவரைப் பார்த்தார். 'வீடெங்க?'

'ரவுணில. ஆஸ்பத்திரிக்குக் கிட்ட.'

'கிட்டவாய் சவக்காலை எதுவுமிருக்கோ?'

'இல்லை, சாமி.' 'நீர் வேதமோ, சைவமோ?'

'சைவம்தான், சாமி.'

'ம்... மைபோட்டுப் பாக்கலாம். பிறகுதான் பரிகாரம் சொல்லேலும்.'

'சரி, சாமி.'

'சாமிக்கு காணிக்கை வைக்கவேணும், தெரியுமெல்லோ?'

'தெரியும், சாமி.'

'என்ன குடுக்கவேணுமெண்டு....?'

'சொல்லிச்சினம். சுட்ட கருவாடும், சாராயமும்....' தயங்கியபடிதான் சொன்னார்.

'நல்லது. அதுகள் உண்மையில எனக்கில்லை. என்னோட வரப்போற ஆக்களுக்குத்தான்.'

'கூட வேற ஆக்களும் வருவினமோ, சாமி?'

'வருவின. ஆனா நீர் காணமாட்டிர். சாமியின்ர வீட்டை எப்பிடி வரவேணும்?'

நல்லதம்பி விளக்கமாகச் சொன்னார்.

'நல்லது. வாழையிலை, எலும்பிச்சம் பழம், வெத்திலை, குங்குமம், சாம்பிறாணிக் குச்சி, சூடம் எல்லாம் வேணும். குத்துவிளக்கு புதுத் திரியளோட இருக்கவேணும். ஒரு புது ஓலைப் பாய் இல்லாட்டி ஓலைத் தடுக்கு கட்டாயம்.'

'வாங்கி வைக்கிறன், சாமி.'

'வாற செவ்வாய்க் கிழமை ராத்திரி வருவன். கொழும்பு றயில் வாற நேரம்... சாமான் றயில் போற சாமம்... எந்தநேரமெண்டாலும் வருவன்.' நல்லதம்பிக்கு அவர் சொன்ன நேரங்கள் திகைப்பாயிருந்தன. ஆனாலும் தன் சம்மதத்தைத் தெரிவித்தார்.

அன்று செவ்வாய்க் கிழமை. சாமி அதிசயிக்கும்படிக்கு காலையிலிருந்தே புற்றரவெல்லாம் வெளிப் போந்து ஒரு

கலகத்துக்குப்போல் எங்கெங்கும் ஊர்ந்து திரிந்துகொண்டு இருந்தன. கோள்கள் இடம்பெயரும் காலங்களில் பொய்க-ளுக்கும் உண்மைகளுக்குமான மோதல் இடம்பெறுமென்றும், அக் காலங்களில் அவற்றின் வேஷம் மாறி உண்மை பொய்-யிடத்திலும், பொய் உண்மையிடத்திலுமாய்த் தவிசேறிவிடு-மென்றும் அவர் அறிந்தவர். அது அவரிலேயே அனுபவ-மாகியிருந்த அறிவு. தன் கோலமும் கொள்கையும் மாறிய அக் காலத்தை அவரால் எங்ஙனம் மறந்துவிட முடியும்?

புற்றுச் சாமியாக அவர் ஆவதற்கு முன்னால் அவர-லைந்ததும் அமைந்திருந்ததும் மிகவும் பவுத்திரமான இடங்-களாயிருந்தன. காசி ராமேஸ்வரம் கதிர்காமம் சிவனொளி-பாதமலையென யாத்திரித்து திரிந்தவர் அவர். அவற்றை-யெல்லாம் யாரோவின் கட்டளைக்குப்போல் தான் பணிந்து செய்ததை சாமி சிலவேளை எண்ணுவதுண்டு. அப்படியான காலத்தில்தான் ஒருநாள் 'கீரிமலை தீர்த்தக் கேணி உப்பேறப் போகிறது, போ அங்கே' என்ற உத்தரவு அவருக்கு கனவில் பிறந்தது. அதுவொரு கோள் நிலை பெயரும் காலமாயிருந்-ததை சாமி கணித்தார். சாமிக்கு தயக்கமாயிருந்தது. ஆயி-னும் கீரிமலை சென்றார். ஒரு முன்னிராப்போதில் தீர்த்தக் குளமடைந்தவர் யாருமறற்ற தனிமையில் ஏகாங்கியாய் எவ்-விடமும் நோக்கிநின்றார். கால்களற்ற சில மனிதர் ஒருபால் மறைந்திருந்தது கண்டார் சாமி. அவற்றினாலேயே தீர்த்தக் கேணி நன்னீருக்கு கேடு விளையப்போகிறது என்பதைய-றிய சாமிக்கு கனநேரம் பிடிக்கவில்லை. இலைகள் சரச-ரத்து அருகில் நின்ற அரசமரமொன்று தன்னடி கிடந்த ஒரு தேங்காயை அவருக்குக் காண்பித்தது. தெய்வம் காட்-டியது வழியென தேங்காயை எடுத்துவந்து துஷ்ட ஆவி-களை வித்தையால் தன்மயமாக்கும் எண்ணத்தோடு அதை வான்நோக்கி சாமி எறிந்தார். மேகம்வரை தன் முடியோடு சுழன்று பறந்த தேங்காய், தன் விசை தணிந்த எல்லையில் புவியீர்ப்புக்கு ஆட்படத் தொடங்கியது. பின் புவிநோக்கி கீழிறங்கத் தொடங்கிய தேங்காய் ஓரிடத்தில் அவ்வீர்ப்பினை எதிர்த்து அந்தரத்தில் நின்று சுழன்றது. துஷ்ட ஆவி-

களெல்லாம் தம் மறைவிடம்விட்டு வெளிவந்து திகைத்து நின்று அது கண்டன. அவைகளை வசப்படுத்த பெருவாய்ப்புண்டென்று நம்பிய சாமி, ஒருபோது தீர்த்தக் கேணிப் பக்கம் திரும்ப, அங்கே சில துஷ்ட ஆவிகள் ஏற்கனவே நீராடிக்கொண்டு இருப்பதைக் கண்டு திடுக்கிட்டார். அப்போது சாமி நினைத்தார், அவை தன்னையே ஏமாற்றிச் செல்லும் விசேஷ வல்லமைகொண்ட ஆவிகளென்று. அது தன் வித்தையில் தானுமே ஒரு கணம் மயங்கிய தன் தவற்றின் விளைவென்பதையும் அவர் அறியாமலில்லை. ஆனாலும் அவற்றை அங்கிருந்து விலகவைக்க அவருக்கு மார்க்கமிருந்தது. அவர் நீர் நிலையில் இறங்கியதும் தன் துண்டை உரிந்து கரையில் வீசினார். தன் ஆண்மையின் பிரவேசம் அவை பெண் துஷ்ட ஆவிகளாயிருந்தால் நாணி கலகலத்து அவற்றைச் சிதறியோட வைக்குமென்ற அவரது எண்ணம் பிழைத்துப்போனது. ஆவிகள் நாணிக் கலகலத்தாலும் சிதறியோடாது கேணிக்குள்ளேயே தங்கியிருந்தன. சாமி நீருக்குள் முங்கி எழுந்தார். நாவில் நீரின் உப்பு கரித்தது. இனி செய்ய ஒன்றுதான் உண்டு. அவ்வாவிகளின் கெட்ட அம்சங்களின் கலப்பை தனது நல்லம்சங்களின் உதிர்ப்பால் ஈடுசெய்யவேண்டும். அவர் அது செய்யத் தயாரானார். இரும்பைப் பொன்னாக்கும் வித்தை, தன்னுரு மறைத்தல், வருவது ஓர்தல் ஆதியாம் நற்கலைத் திறன்களை அந்நீரில் விருப்பார்வத்தோடு கலந்தார். மறுபடி சாமி நீருள் மூழ்கியெழுந்து நீரின் சுவையைப் பரிசீலித்தபோது அது மீண்டும் நன்னீராகியிருந்தது. நகுல முனியின் கீரிமுகத்தைப் போக்கிய புனிதமான ஜலம் அதுதான். அப்போது சாமி கண்டார், கேணியில் நீராடியிருந்த துஷ்ட ஆவிகள் கேணியைவிட்டு வெளியேறிப் போய்க்கொண்டிருப்பது. வெளியில் திரிந்துகொண்டிருந்த ஆவிகளும் காணாமலாகியிருந்தன. தான் அந்தரத்தில் மிதக்கவைத்த தேங்காயும் எங்கேயென்று தெரியாமல் போயிருந்தது. தன் விஜயத்தின் பூர்த்தியை நிச்சயித்த சாமி தன் அலைவைத் தொடங்கினார். சிறுதெய்வக் கோயில்களெல்லாம் திரிந்தார். அதையும்

அவரால் தொடரமுடியாது போன நிலைமையில்தான் அந்தப் பனங்கூடற் பற்றைக்கு வந்துசேர்ந்தார். புற்றின் அரவங்கள் அவர் பிரசன்னத்தில் வெகுண்டெழாமல் சாந்தரூபங்கொண்டு திரிந்தன. அந்த இடம் வாலாயமாய்ப் பட அங்கேயே சாமி தங்கிவிட்டார். அன்றிலிருந்து சாமி புற்றுச் சாமியுமானார். சாமிக்கு காலம் மறந்திருந்ததில் அதுவொரு நூற்றாண்டுக்கு முந்திய சம்பவமாக தோன்றிக்கொண்டிருந்தது. அதுபோ-லொரு கோள் நிலை திரியும் காலமே அப்போதும் உற்றுள்-ளதென்பதை அறிந்துகொண்டாலும், சாமி நல்லதம்பி வீடு-நோக்கிய புறப்பாட்டை நிறுத்திக்கொள்ளவில்லை. ஊரடங்கி நிலா வெளிக் கிளம்ப சாமி நடக்கத் தொடங்கினார்.

அப்போது வீதிகள் எல்லாவற்றிற்கும் மின்சார விளக்கு-கள் போடப்பட்டிருக்கவில்லை. தன் எல்லைக்குட்பட்ட பிர-தான வீதிகளுக்கும் வீடுகளுக்கும் மின் உற்பத்தி எந்தி-ரங்கள்மூலம் பட்டணசபையின் மின் விநியோகம் இருந்தது. வீடுகளுக்கு முழு நேரமாயும், வீதிகளுக்கு மாலை 6 மணி முதல் காலை 6 மணிவரையும் அந்த விநியோகம். சாமி பட்டணசபை எல்லைக்குள் நுழைந்து மின்சார பல்புகளின் மங்கிய மஞ்சள் வெளிச்சமுள்ள பிரதான வீதியொன்றில் நடக்கத் தொடங்கினார். வீதிகளில் ஆளரவமும் வீடுகளில் அரவமும் அடங்கியிருந்தன.

அவர் நல்லதம்பி சொல்லியிருந்த குறிப்பின்படி சங்கத்-தானை தெரு கண்டிவீதியில் ஏறும் சந்தியில் ஆஸ்பத்திரி பக்கமாகத் திரும்பிச்சென்று ஒற்றைச் சிறகுள்ள நீலநிற தகரக் கேற்றை அடைந்தார். யாரையும் அழைக்கும் சிரமம் சாமிக்கு இருக்கவில்லை. கேற்றுக்கு முன்னால் சாமியைக் கண்டதுமே ஓடிவந்து கேற்றைத் திறந்து நல்லதம்பி அவரை உள்ளே அழைத்துச் சென்றார். விறாந்தையில் ஏறியதுமே, 'எல்லாச் சாமனும் வாங்கி வைச்சிருக்கெல்லோ?' என குர-லடக்கிக் கேட்டார் சாமி.

'எல்லாம் வாங்கி வைச்சிருக்கு. சாமி' என்றார் நல்லதம்பி அடக்கமாக.

'முதலிலை காணிக்கை வையும்' என சாமி சொல்ல, உள்கூடத்துள் சாமியை அழைத்துச் சென்ற நல்லதம்பி, சுட்ட கருவாட்டுத் தட்டையும் சாராயப் போத்தல் கிளாஸ்களையும் மேசைமேல் கொண்டுவந்து வைத்தார். சாமி மை பார்ப்பதன் முற்கிரியைகள்போல் சாராயத்தை வார்த்துக் குடித்து, சுட்ட பாரைக் கருவாட்டையும் புசிக்க ஆரம்பித்தார். எல்லாவேளையிலும் அவரது செங்கண்கள் அந்த வீட்டின் நாலாபுறங்களையும் நோக்கியபடியே இருந்தன. சுவரில் கொளுவப்பட்டிருந்த குடும்பப் போட்டோக்கள், சாமிப் படங்களையும் உற்று உற்று நோக்கினார். பின் உறவினர்களின் போட்டோக்களைச் சமீபித்து மிகக் கூர்ந்து பார்த்தார். ஒவ்வொருவரது கண்களின் ஊடாகவும் அவரவரது இதய ஆசைகள் விருப்பங்கள் வேட்கைகளை பிரித்தெடுப்பவர்போல் அவரது அத் தீட்சண்யம் தோன்றியது.

சாமி விறாந்தையில் ஏறும்போதே உள்கூடத்திலிருந்து அவரது தோற்றம் கண்ட அஞ்சனாதேவிக்கு அந்தக் கோலமும், உள்ளே வந்ததும் சாராயம் குடித்து கருவாடு தின்ற விதமும் பிடிக்கவில்லையென்றே தெரிந்தது. தன் வீட்டில் சரி, பிற வீடுகளில் சரி அவள் யாரும் சாராயம் குடித்து நேரில் கண்டவளில்லை. அப்படியானவளுக்கு தன் வீட்டிலேயே சாராயம் வாங்கி குடிக்க அனுமதி கொடுத்த நிலைமை உவப்பில்லை. வேறு செய்ய இயலாமல் பேசாதிருந்தாள். ஆயினும் கூடத்துள் நின்று அவற்றைப் பார்க்கும் மனத் திண்மை அற்றவளாய், அடிக்கடி அறைக்குப் போய் சுழன்று மறுபடி வெளியே வருபவளாகவே அவள் இருந்தாள்.

பாதிப் போத்திலுக்கு மேல் சாராயமும் முடிந்துவிட்டது. சுட்ட கருவாட்டில் ஒரு சில துண்டுகளே தட்டில் மீதியாயும் இருந்தன. சாமி இன்னும் வந்ததற்கு இருக்கக்கூடச் செய்யவில்லை. மை பார்த்து பரிகாரங்கள் செய்து முடிப்பதானால் எவ்வளவு நேரமாகுமோவென எண்ணி அலுப்படைந்தார் நல்லதம்பியும். தப்பான ஒரு ஆளை தன் வீட்டிற்கு, அதுவும் அந்தநேரத்தில், வரவழைத்துவிட்டோமோ என்றுகூட

அவருக்குத் தோன்றியது.

அப்போது சாமி, 'சாமி, இஞ்ச வாரும்' என்றார். நல்லதம்பி கிட்டவாய்ச் சென்றார். 'இந்தப் போத்திலையும் தட்டையும் முதல்ல உள்ள கொண்டுபோய் வைச்சிட்டு வாரும்' என்று சாமி சொல்ல, நல்லதம்பி அவ்வண்ணமே செய்தார். அவர் திரும்பி வந்ததும், 'உம்மட மனிசியை கொஞ்சம் இப்பிடி வந்துநிற்கச் சொல்லும்' என்று சாமி கூற அதையும் செய்தார். அறைக்குள் நின்றிருந்த அஞ்சனாதேவி வெளியே வந்தாள். கொஞ்சம் உடம்பு தள்ளாடத் துவங்கியிருந்த சாமி அவளை நெருங்கி அவளது கண்களை ஊடறுத்து நோக்கினார். நெஞ்சுக் குவட்டுக்குள்ளும் பார்வை தடுமாறி சிலசமயம் விழுந்தெழுந்துகொண்டு இருந்தது. அஞ்சனாதேவிக்கு உடல் கூசத் தொடங்கியது. அவள் சமாளித்து நின்றுகொண்டிருந்தாள்.

'பிள்ளையள் எத்தினை?'

'எங்களுக்குப் பிள்ளையளில்லை' என்றாள்.

பிறகு சுவரிலிருந்த ஒரு படத்தை கையினால் சுட்டிக்காட்டி, 'அந்தப் போட்டோவில இருக்கிறவை ஆர்?' என்றார்.

'அது என்ர மாமாவின்ர குடும்பம்.'

போட்டோவை அண்மித்து அதிலுள்ள ஒரு வாலிபனைச் சுட்டிக்காட்டி, 'இது ஆர்?' என்றார்.

'அது என்ர மாமாவின்ர மோன்.' 'எப்ப எடுத்தது?'

'அது கனகாலம் ஆச்சு. எப்பவெண்டு ஞாபகமில்லை.'

'உமக்கு கலியாணம் ஆக முந்தியோ, பிந்தியோ?'

'அது... கலியாணம் ஆக முந்தித்தான்.'

'இவற்ர வேற படமெதாச்சும் உங்களிட்ட இருக்கோ?'

'அவற்ர கலியாணப் போட்டோ ஒண்டு இருக்கு. எல்லாருமாய்ச் சேர்ந்தெடுத்த படம். அது அந்த அறைக்குள்ள இருக்கு.'

'அதை எனக்குக் காட்டும் பாப்பம்.'

'அது சுவரில உயரமாய்க் கொளுவியிருக்கு, சாமி' என்று நல்லதம்பி தலையிட்டுக் கூறினார்.

'கழட்டாமல் பாக்கலாம்தான.'

நல்லதம்பி கூட்டிப்போய்க் காட்டினார். படம் உயரத்தில் கொளுவியிருந்தது. ஸ்ரூல் கொண்டுவரச் சொல்லி சாமி ஏறிநின்று அஞ்சனாதேவியின் மைத்துனன் முகத்தை சிறிதுநேரம் பார்த்தபடியே நின்றார். பிறகு வலமும் இடமுமாய் தலையை அசைத்தபடி இறங்கி முந்திய போட்டோவின் முன்னால் வந்தார். பின் தனது முடிவை உறுதிப்படுத்துபவர்போல் தலையை மேலும் கீழுமாய் ஆட்டினார். பிறகு அஞ்சனாதேவியைப் பார்த்து, 'உம்மட உடம்பில இருக்கிற பவுண் நகை, தலைக்குக் குத்திற கிளிப்பு எல்லாத்தையும் கழட்டி வைச்சிட்டு வாரும்' என சொன்னார். அஞ்சனாதேவி தன் கணவனின் முகத்தைப் பார்த்தாள். அவர் பரவாயில்லை, அறைக்குள் போய் கழற்றிவைத்துவிட்டு வரும்படி தலையில் சைகை பண்ணினார்.

அஞ்சனாதேவி அறைக்குள் போய் நகைகளைக் கழற்றி வைத்துவிட்டு வெளியே வந்து, சாமி என்ன நினைத்தாலும் நினைக்கட்டுமென, தன் அதிருப்தியின் வேகமும் சேர்த்து அறைக் கதவை சற்று சத்தமெழ சாத்தினாள். 'அது நல்லது. அப்பிடித்தான் செய்யவேணும்' என்றார் சாமியும். அவளில், தன் மனத்தைப் படித்ததுபோல் சாமி சொன்ன வார்த்தைகள் இடியாய் இறங்கின. திடுக்கிட்டதுபோல் நல்லதம்பியைத்தான் அப்போதும் பார்த்தாள். அவர் சொல்ல ஒன்றுமிருக்கவில்லை.

வெளியில் வந்தவளை, கைகளைப் பக்கங்களில் விறைப்பாய்த் தொங்கவிட்டபடி மாமனின் குடும்பப் போட்டோவின் முன்னால் நிற்கப் பணித்தார். சாமி ஏன் அவ்வாறு சொல்கிறாரென தெரியாவிட்டாலும், ஒரு கட்டளையில்போல் அவ்வண்ணமே செய்தாள் அஞ்சனாதேவி. சிறிதுநேரம் கழிய, 'சதிரத்தில என்னமும் செய்யுதோ? நடுங்கிறமாதிரி.... தலை சுத்திறமாதிரி... எதாச்சும்...' என்று கேட்டார் சாமி.

'அப்பிடியொண்டும் செய்யிறமாதிரித் தெரியேல்லயே எனக்கு.'

'சரி. இப்ப உம்மட மச்சான்ர கண்ணை நல்லாய் உற்றுப்பாரும் பாப்பம். ஆட அசையக்குடாது.' சாமியின் மேலுமான கட்டளை ஒலித்தது.

டிக்••• டிக்••• என்ற சுவர் மணிக்கூட்டின் ஓசை கேட்டுக்கொண்டிருந்தது. எத்தனை டிக்••• டிக்•••களை அது உதிர்த்திருக்குமோ? மேலும் சில டிக்••• டிக்•••கள் கழிய அஞ்சனாதேவியின் உடம்பு மெல்ல நடுங்கத் துவங்கியது.

'என்ன செய்யிது? என்ன செய்யிது?' என்றபடி முன்னே பாய்ந்துவர முயன்றார் நல்லதம்பி. 'அங்கயே நில்லும்' என்றதிர்ந்தார் சாமி. பிறகு திரும்பிக்கொண்டு சொன்னார்: 'எனக்கு இப்ப எல்லாம் விளங்கியிட்டுது. இனி நீர் இஞ்சால வாரும்.'

அஞ்சனாதேவி சுவரோடு வந்துநின்று தன் நடுக்கம் தணிந்தாள்.

பின் பாயை எடுத்து வடக்குத் தெற்காய் விரிக்க நல்லதம்பியிடம் சொன்னார். அவர் பாயை எடுத்து விரித்ததும் கிழக்குப் பார்த்து அமர்ந்தார். கண்களை மூடிய சாமியின் நிஷ்டை கலைய சிறிதுநேரமாயிற்று. அதுவரை அஞ்சனாதேவியும் நல்லதம்பியும் மௌனமாய் காத்து நின்றிருந்தனர்.

கண் விழித்த சாமி எழுந்தார். சுவரிலிருந்த போட்டோவில் அஞ்சனாதேவியின் மைத்துனன் முகத்தைப் பார்த்து, 'இனியொண்டும் சரிவராது. நான் எல்லாத்தையும் கண்டுபிடிச்சிட்டன்•••' என்று தனக்கேபோல் முணுமுணுத்தார். பின் அவளை உள்ளே செல்ல பணித்துவிட்டு நல்லதம்பியின் பக்கம் திரும்பினார். 'உம்மட மனிசியும் இந்தளவு நாளாய் படாதபாடெல்லாம் பட்டிருப்பாவெண்டு நெக்கிறன். சாமி, ஒண்டுஞ் செய்யவேண்டாம். இந்தப் போட்டோவின்ர சட்டங்களைக் கழட்டியிட்டு படத்தை துண்டு துண்டாய் நறுக்கி ஒரு துண்டு தவறியிடாம எல்லாத்தையும் போட்டு எரியுங்கோ. பிறகு எரிச்ச சாம்பலை எடுத்துக்கொண்டு போய் எங்கயாச்சும் குளத்தில கரைச்சாப்போதும். அதை சூரியன் காலிக்கிறதுக்குள்ள செய்யவேணும். அவ்வளவுதான்.'

'அப்ப... மை பாக்கிறது...?' என்று இழுத்தார் நல்லதம்பி.

'எல்லாம் தெரிஞ்சிட்டுது. இனி அது தேவையில்லை.'

'பரிகாரம்...?' 'நான் இப்ப சொன்னதுதான் பரிகாரம்.'

சாமி புறப்படத் தயாரான நிலையில், அஞ்சனாதேவி அவசரமாய் கதவைத் திறந்துகொண்டு வந்து, நல்லதம்பியின் காதோரம் போய் ஏதோ முணுமுணுத்தாள். நல்லதம்பி ஆச்சரியப்பட்டு அறைக்குள் போய் மேசை நிலமெல்லாம் குனிந்து தேடிவிட்டு மீண்டும் வெளியே வந்தார்.

'என்ன சிக்கல்?' நிதானமாய்க் கேட்டார் சாமி.

நல்லதம்பியால் சொல்ல முடியவில்லை.

நகைகளைக் கழற்றி அஞ்சனாதேவி அறைக்குள் வைத்துவிட்டு வந்தாள்; மட்டுமன்றி, அறைக் கதவைத் திடமாகச் சாத்தவும் செய்தாள்; இப்போது தோடு தாலிக்கொடி எல்லாம் இருக்க மோதிரம்மட்டும் காணாமல் போயிருக்கிறது. அதற்கு என்ன விளக்கம் காணமுடியம்? ஆனாலும் அவர் தட்டுத்தடுமாறி, 'கழட்டி வைச்ச நகைகயளில மோதிரத்தைமட்டும் காணேல்லை, சாமி' என்றார்.

சாமி லேசாகச் சிரித்தார். 'நூல் சுத்தியிருந்த அந்த மோதிரம்தான?' என்றார். 'அது உங்கடயும் இல்லையெல்லோ? அது காணாமப்போயிருக்கும்' என்று தொடர்ந்து சொன்னார். அஞ்சனாதேவி நல்லதம்பி இருவருமே அதிர்ந்தனர். அதில் நூல் சுற்றப்பட்டிருந்ததை சாமி கண்டிருக்க எந்த முகாந்திரமும் இல்லை. அதுபோல அந்த மோதிரமும் அவர்களால் போன சிவன்கோவில் திருவிழாவிலே கண்டெடுக்கப்பட்ட து என்பதும் அவரறிய வாய்ப்பில்லை. இந்தநிலையில் அவர்கள் அதிராமலிருக்க முடியாது.

ஆனால் நல்லதம்பியிடம் ஒரு தர்க்கம் இருந்தது. ஓரிடத்தில் வைக்கப்பட்ட ஒரு பொருள் காணாமல் போயிருக்கிறதென்றால், அதை யாராவது எடுத்திருக்கவேண்டும் என்பதே அது. அதை அவர் சொன்னார்.

சாமி இன்னும் தன் சிரிப்பு அகலாமலே, 'அது மறைஞ்சு போகிற வாய்ப்பும் இருக்கு, சாமி. அந்தமாதிரி நடந்திருக்கு

முந்தி' என்றார்.

'அது தானாயே மறைஞ்சுபோச்சு எண்டிறியளா, சாமி.'

'பின்னை? இஞ்ச இருக்கிற மூண்டு பேரில நான்தான் வெளியாள். நான் அறைப் பக்கமே போகேல்லயெண்டது உங்களுக்கு நல்லாய்த் தெரியும். பின்ன மோதிரம் எப்பிடி காணாமப் போகும்? இப்ப பாரும், திண்மமாயிருக்கிற ஐஸ் கட்டி உருகி திரவமாகிது. அதுமாதிரி அந்தத் திரவமும் கொஞ்சநேரத்தில வாயுவாய் காணாமப்போயிடுது. இஞ்ச நடந்த படிப்படியான உரு மாற்றம், மோதிர விஷயத்தில அடுத்த கட்ட மாற்றத்தில திடீரெண்டு நடந்திருக்கு, அவ்வ-ளவுதான்.'

சாமி உள்கூடத்தைவிட்டு வெளியே வந்து விறாந்தையில் சிறிதுநேரம் தரித்து நின்ற பின் விறுவிறுவென படியிறங்-கினார். நல்லதம்பி கேற்வரை ஓடிவந்தார். 'சாமி, எல்லாம் சரிதான். எனக்கு ஒண்டுதான் விளங்கேல்லை.'

'என்ன விளங்கேல்லை?'

'போட்டோவை எரிக்கச் சொன்னியளே, ஏன் சாமி?'

'அவன்ர நெஞ்சில ஆசை இருந்திது. அது பொல்லாத ஆசை. எதுக்கும் அடங்காது; நன்மை தின்மை, ஞாயம் அநியாயம் பாராது. அடங்காத தாபம் அவன்ர கண்ணில சாபமாய் வெளிவந்துகொண்டிருந்திது. அதாலதான் போட்-டோவை எரிக்கச் சொன்னன்.'

'அவர் கலியாணமான கொஞ்சக் காத்தில செத்தும்போ-னார், சாமி. இப்ப ஆள் இல்லை.'

'அதிலயொண்டும் வித்தியாசமில்லை. நீர் நான் சொன்-னபடி போட்டோவை எரிச்சு சாம்பலை எங்கயாச்சும் கொண்டுபோய் தண்ணியில கரைச்சுவிடும். எல்லாக் கஸ்ர-மும் முடிஞ்சுபோகும்.'

சாமி தெருவில் இறங்கி விரைந்து நடந்தார். வந்தபோதில் இல்லாதிருந்த அந்த வேகத்துக்கு ஒரு விசித்திரமானதும் முக்கியமானதுமான காரணம் இருந்திருக்க வேண்டும். அவர் முகத்தில் ஒரு சந்தோஷத்தின் எறிகையும் அப்போதிருந்தது. நடந்துகொண்டிருக்கையில் விநாசியை அவர் நினைத்துக்-

கொண்டார். தன்போலவே சக்தியுள்ள பெண் சாமி; தன்போலவே தாபங்களை உடம்பில் அடக்கித் தேக்கிய ஒரு மானுடத்தியும். அவளது சந்தோஷங்களும் மாதத்தின் ஒருநாளான அந்த அமாவாசைகளின் கூடற் காலங்களாக மட்டுமே இருந்தன. அவளை முடிந்தால் அந்த நூல் சுற்றிய மோதிரத்தின் மூலம் அவரால் வேறு காலங்களிலும் சந்தோஷப்பட்டிருக்க வைக்கமுடியும். அது அவளுக்கு எவ்வாறு பயனாகுமென அவருக்குத் திண்ணமில்லை. அவள் அவருடனான ஒரேயொரு பொழுதிலேயே பெண்ணாவாளென்றாலும் அவளை அந்த மோதிரம் சந்தோஷப்பட வைக்கும்.

தன் வித்தைகளின் பெரிய சொத்தை கீரிமலைக் கேணியிலே உருக்கி விட்டதற்கு ஈடாக அவர்கொண்ட துஷ்ட ஆவிகளின் துணையில் அந்த மோதிரத்தை அவரால் எடுக்க முடிந்திருந்தது. அது அவர்களது உடைமையல்லவெனத் தெரிந்த கணத்தில் திடீரென எழுந்த விருப்பமும், திட்டமும் அது. ஆனாலும் அவரின் ஒரு மன மூலையில் உறுத்தலொன்று அப்போதும் அகலாமல் இருந்துகொண்டே இருந்தது. சடத்தின் உருமாற்றங்களை விளக்குவதன்மூலம் ஒரு உண்மையை, நல்லதம்பிக்கு மட்டுமில்லை தனக்குமே, அவர் மறைத்திருக்கிறார். தன் தந்திரத்தால் வாதத்தை அவர் வென்றிருக்கலாம். ஆனால் உண்மை வலிதானதும், சாசுவதமானதும் ஆகும். ஆவியாகிப் போனாலும் திடத்தின் அம்சம் பிரபஞ்சத்தில் இருந்துகொண்டுதான் இருக்கும். உண்மையும் அதுபோலவே.

அவர் விநாசி துயிலும் ஊர்ப் புறத்துக் காளி கோவிலை அடைந்து, அவளிடம் மோதிரத்தைக் கொடுத்துவிட்டு, பனங்கூடலை அடைந்தபோது விடிந்து கொண்டிருந்தது.

படர்ந்துயர்ந்து நின்ற புற்றின் முன்னால் சப்பணிக்க அமர்ந்தார். சூரியன் வான மூலையில் எழுந்தது. நிலம் வெளித்தது. கண் மூடிய ஸ்திதியில் இன்னும் தன் அபகரிப்பின் புளகம் மாறாத சாமி. புற்றிலிருந்து பாம்புகள் ஒவ்வொன்றாய் வெளிவந்தன. சில அப்பால் நகர, சில புற்றைச் சுற்றியே சுழன்றுகொண்டு இருந்தன. சிறிதுநேரத்தில் சில

சாமியின் மேலிலேறி ஊரத் துவங்கின. ஸ்பரிசத்தில் தன்னில் பாம்புகள் ஊர்வதை உணர்ந்தார் சாமி. அவை தன்னை அழுத்தமாய்ப் பற்றி இறுக்குவனபோலும் தெரிந்தார். அப்-போது மேனியில் சில இடங்களில் சுள்ளென்று தீயால் சுடும் உணர்வெழுந்தது.

சிறிதுநேரத்தில் அவருக்கு எல்லாம் புரிந்தது. ஒருவகை-யில் அதை அவர் எதிர்பார்த்தே இருந்தார். இன்றில்லாவி-டின் நாளையாக.

விஷம் உடம்புள் மெல்ல மெல்லச் சுவற சாமி நீலம் பாரித்து புற்றோடு சாய்ந்தார்.

அப்போது காற்று சற்று பலமாக அடித்தது. உண்மையின் ஓங்கிய குரல்போல அது இருந்தது. அது காணும் நிலையில் சாமி இருந்திருக்கவில்லை. அவரது கண்கள் மூடியிருந்தன; உடல் அசலனித்திருந்தது.

6. உண்மைப் பண்டமாற்றல்

- சேலை சகதேவ முதலியார்

பண்டமாற்றலினும், பொருள் கொடுக்கல் வாங்கல் களி-னும், மக்கள் ஒருவரையொருவர் வஞ்சிப்பதும், ஒருவருக்-கொருவர் மிஞ்சிப்போதலும் கூடாது. கடைக்காரர்கள் எடை குண்டுகளை ஒரு குன்றிமணியளவு எடை குறையாமலும், அளவுகோல்களை ஒரு நூலளவு நீளம் குறையாமலும், மரக்கால் படிகளை ஓர் எள்ளளவுங் குறை யாமலும் வைத்-துக்கொண்டிருக்கவேண்டும்.

பொருள்க உண்மைத் தரத்தை மறைத்துச் சொல்லக்-கூடாது. பொருள்களின் தரத்தின் படியே விலைசொல்ல வேண்டும்; மிகையாக வாங்கக்கூடாது. பொருள் வாங்கு-பவரும் கடைக்காரன் தவறாக அதிகப்படியான பொருள் கொடுத்து விட்டாலும், அல்லது விலைமுடித்த பொருளுக்கு மேற் பட்ட தாமுடைய பொருளைக் கொடுத்துவிட்டாலும் வாங் குபவன் அத்தவற்றைக் கடைக்காரனுக்குத் தெரிவித்து விடவேண்டும். இவ்வாறான் தவறுகள் ஏற்படின் அவற்றை

விற்பவன் வாங்குபவன் மீதும், வாங்குபவன் விற்பவன் மீதும் ஏற்றிக்கூறி மாறான மனநிலை அடைகின் றனர். இது மிகத் தவறே.

வஞ்சிக்கின்றவன் நல்வாழ்வு வாழ்வதில்லை. சட்டப் படி அவன் தண்டனை அடையாவிட்டாலும், அக்கம் பக் கத்தாரால் அவன் தண்டனை அடைகின்றான். எவ்வா றெனில் வஞ்சிக்கப்பட்டவர்கள் அவனிடம் பிறகு அணு கவேமாட்டார்கள். மேலும் தான் அவர்களால் புறகக ணிக்கப்பட்டும் இகழப்பட்டும்போய்க் கடைசியாக 'உண் மையே வாழ்க்கையில் உயர்நிலை தரும்,' என்பதை யுணர்ந்து கொள்கின்றான்.

1. உண்மையுள்ள பையன்: ஒரு நாட்டுப்புறப் பெரிய மனிதன் தன் மகனை அடுத்த நகரில் உள்ள ஓர் அறுவை வணிகரிடம் வேலைக்கு இருத்தினான் அச் சிறுவன் அங்குத் தன் வேலையை ஒழுங்குபடச் செய்துவந்தான். ஒருநாள் ஒருத்தி அக்கடைக்கு வந்து பட்டுத்துணி வாங்கினாள். பையன் அதனை மடிக்கும்போது அது சிறிது பழுதுபட்டிருப் பதைக் கண்டு, அதனை அவளுக்கு அறிவிக்க, அவள் அதனை வாங்காமலே போய் விட்டாள். இதனை உள்ளிருந்து கேட்டுக் கொணடிருந்த முதலாளி சினங்கொண்டு வைதுவிட்டு, உடனே அவனை அழைத்துக்கொண்டு போகுமாறு அவன் தந்தைக்குத் தெரிவித்துவிட்டான்.

பையனின் தந்தை உடனே வந்து முதலாளியைக் காண, அவன் நிகழ்ந்ததை அவனுக்குரைத்து "இத்துறைக்கு இவன் உதவான்," என்றான். அதற்குப் பையனின் தந்தை, உண்மையை உரைப்பது குற்றமானால், பிள்ளை உம்மிடமிருப்பது தகாது; இனி அவனை இங்கு ஒருநாளும் தங்க விடேன், " எ என் று சொல்லிவிட்டு, மகனைக் கூட்டிக்கொண்டு தன்னுடைய ஊருக்குச் சென்றான்.

2. வெடிமருந்துப் பயிர்: நூறாண்டுகளுக்குமுன் வட அமெரிக்காவிலிருந்த சிவப்பிந்தி' யர்கள் ஐரோப்பியருடைய பழக்கவழக்கங்களையும் நாகரிகத்தை யும் அறியாத சீர்திருத்தக் குறைவுடையவர்களாக இருந்தார்கள். அக் காலத்-

தில் ஐரோப்பிய வணிகனொருவன் துப்பாக்களையும் வெடி மருந்தையும் உடன்கொண்டு வட அமெரிக்காவுக்குச் சென்று அவைகளை எவ்வாறு பயன்படுத்துவதென்று அவர்களுக் க் கற்றுக் கொடுக்க, அவன் கொண்டுவந்த சரக்குகளையெல்-லாம். அவர்கள் வாங்கிக்கொண்டு தங்களிடமிருந்த மெல்-லிய விலங்குத் தோல்களையும் மயிரையும் கொடுத்தார்கள். இது ஒரு வாணிப மாகப் பலகாலம் நடந்தன.

அதற்குச் சில ஆண்டுகளுக்குப் பின் பிரான்சிய வணி-கன் ஒரு வன் துப்பாக்கி மருந்துகளுடன் பண்டமாற்றுச் செய்ய அவ்விந்தி களிருக்குமிடம் வந்தான். அச்சரக்குகள் அப்போது அவர் களிடம் ஏராளமாகக் கிடக்கவே பிரான்-சியனுக்குத் தன் பொருட். களை விற்பனை செய்ய வசதி-யில்லாமற் போயிற்று.

இதற்குமேல் அப் பிரான்சியன் அம்மக்களை ஏமாற்ற வெடி மருந்து ஒரு வித்து என்றும், அதனை மண்ணிற் போட்டுப் பயிர் செய்தால் சோளம்போன்ற பொருள் விளை-யுமென்று சொல்லியும் அவர்களை மயக்கிவிட்டான். அறி-யாமையுடைய அம்மக்கள் அவ் வெடிமருந்தை வாங்கி நிலங்களில் விதைத்தனர். அப்பிரான்சியன் சரக்குகளை-யெல்லாம் விற்றுவிட்டு விரைவில் வீடுபோய்ச் சேர்ந் தான்.

இந்தியர்கள் அந்நிலங்களுக்கு நீர்பாய்ச்சிக் கவலையுடன் கண்காணித்துவந்தனர். பலநாட்கள் சென்றும் அந்நிலங்க-ளில் முளைகளே கிளம்பவில்லை. அதற்குமேல் அம்மக்கள் தாங்கள் ஏமாற்றமடைந்து போய்விட்டதாக எண்ணி மிக வருத்தத்துக் குள்ளாயினர்.

இப்படியிருக்கப் பலதிங்கள் கழித்து முதல் ஏமாற்றிய பிரான்சியன் தன் பங்காளி ஒருவனைப் பலவித சரக்குகளு-டன் வட அமெரிக்காவுக்கு அனுப்பிவைத்தான். இந்தியர்கள் அவ் வணிகன் பழைய பிரான்சியனுடன் சேர்ந்தவனென்று எவ்வாறோ கண்டுகொண்டார்கள். கண்டுகொண்டு அவனையும் அவன் சரக்கு களையும் ஒரு வீட்டில் இருக்-கச்செய்து சரக்கு வாங்குகிறவர்களைப் போல நடித்து, அவனுடன் சிலநாட்கள் புழங்கிக்கொண்டிருந்தனர். ஒரு

நாளில் அவ்விந்தியர்கள் பெருங் கும்பலாகக் கூடிக் கொண்டுவந்து, பேருக் கொன்றாக அச்சரக்குகளையெல்லாம் வாரிக்கொண்டு போய்விட்டார்கள்.

அவ்வணிகன் திறுதிறு என விழித்து, தன்னால் ஒன்றுஞ் செய்யமுடியாமல் வருத்தத்தோடு சென்று, அவ்விந்தியருடைய தலைவனிடம் முறையிட்டுக்கொண்டான். தலைவன் அவனை நோக்கி, 'ஐயா, தங்களுக்கு விற்பனைத்தொகை சேரவேண்டியது நீதியே; அத்தொகையை எங்கள் மக்கள் வெடிமருந்துப் பயிர் அறுவடையானவுடன் கொடுத்துவிடுவார்கள்; அதுவரை தாங்கள் காத்திருக்கவேண்டும்,'' என்று சொன்னான். மேலும் அவன் சொன்னதாவது: "உங்கள் நாட்டு மனிதர் ர் ஒருவர் எங்கள் மக்களுக்கு விலைக்கு வெடிமருந்து கொடுத்து விதைத்துப் பயிர் செய்யும்படி சொல்லிப்போந்தார். அவ்வறுப்புக் காலத்துக்குபின் எங்கள் மக்கள் நாலாபக்கங்களிலுஞ் சென்று வேட்டையாடித் தோலுமயிரும் ஏராளமாகக் கொண்டுவருவார்கள். அதனைத் தங்களுடைய சரக்குகளுக்கு ஈடாகக் கொடுத்து விடுவார்கள் என்பதாம். அதற்குமேல் அப் பிரான்சிய மனிதன் "வெடிமருந்து விளைவதற்கு உங்கள் நிலத்தின் மண் தக்கதன்று; அது உங்கள் நாட்டில் பயிராகவே ஆகாது, என்றான்.

பிரான்சியன் சொன்னதெல்லாம் இந்தியருக்கு ஏற்கவில்லை. காட்டுமிராண்டிகளால் அறிவூட்டப்பட்டு அதனால் மிக்க வெட்க மடைந்து, அவ்வணிகன் வெறுங்கையோடு வீடுபோய்ச் சேர்ந் தான். ஒரு பிரான்சிய மனிதன் ஏமாற்றத்தின் விளைவு அவனே நிற்கவில்லை. அதுமுதல் இந்தியர்கள் பிரான்சியரோடு பண்ட மாற்று அறவே விட்டுவிட அவ்வைரோப்பிய நாடு வட அமெரிக்கா வுடன் வாணிபஞ்செய்தலை அறவே இழந்துவிட்டது.

உதவியற்ற பொருளைச் சிறந்த ஒன்றுபோற் காட்டி மக்களை ஏமாற்றி விற்பனை செய்வதும், நல்ல பொருள்களோடு உதவியற்ற பொருள்களைச்சேர்த்து மிகை அளவைக்காட்டி வஞ்சித்து விற் பதும், இவ்வாறு பலவித-

மாக வாங்குபவர்கள் ஐயுறுமாறு பொருள் களில் மாறாட்டஞ்செய்து வைப்பதும் வாணிபத்தை அறவே கெடுத்து வணிகர்க்குக் கேட்டையும் வீண் பகட்டையும் உண்டாக்கிவிடும்.

க. பலவகையான மாறுபாடுகள் கொண்ட எடை குண்டுகளையும் அளவு கருவிகளையும் உங்களிடத் தில் நீங்கள் வைத்துக்கொண்டிராதீர்கள். -விவில்லியம்.

உ. தப்புத் தராசுக்கோல் ஆண்டவனுக்கு வெறுப்பு உண்டாக்கும், சரியானதொன்று அவனுக்கு விருப்பு உண்டாக்கும்.

ங. பிள்ளைகள் தன்மையை அவர்களின் செயல் களினால் அறியலாம்.

ச. முதலில் ஆவலோடு அடையப்பட்ட உரிமைச் சொத்துக்கள், முடிவில் சீர்மை யுண்டாக்கு மென்பது ஐயுறவே. -நீதிமொழிகள்.

ரு. நடிப்பைக் கொண்டுள்ள ஒருவர் உண்மையைக் கொள்வாரானால், அவருக்குத் துன்பங்கள் நேரிடா. -ஸ்டெர்னி.

சா. உலகிலுள்ள எல்லா அழகைக் காட்டிலும், நேர் மையான மனமும், தாராளமான அன்பும், மேலான அழகுடையன. எள்ளத்தனை உண் மையும் இயற்கைத் தகுதியும் பகட்டான நகை கள், பெருஞ் சொத்துக்கள், மேல்நிலைகள் ஆகிய இவைக ளெல்லாவற்றையும்விட மேலானவை. பின் சொன்னவைகளையெல்லா முடை யவர்கள் பித்தலாட்டக்காரர்கள் ஆனாலும் ஆவார்கள். -ஷெப்ட்ஸ்மெரி.

7. ஒரு துண்டு உண்மை

– ஷாராஜ்

சாத்தானும் நண்பனும் பேசிக்கொண்டிருந்தனர். அப்போது சாலையில் சென்றுகொண்டிருந்த ஒரு மனிதன் கீழே குனிந்து எதையோ எடுத்தான்.

நண்பன் கேட்டான்: "அந்த மனிதன் எதையோ எடுத்திருக்கிறானே,... என்ன அது?"

சாத்தான் சொன்னான்: "அது ஒரு துண்டு உண்மை."

"மனிதன் உண்மையைக் கையில் எடுத்திருக்கிறான்; உனக்குக் கவலையாக இல்லையா?"

சாத்தான் புன்னகைத்தபடி சொன்னான்: "அவன் அந்த ஒரு துண்டு உண்மையை வைத்துக்கொண்டு, புதிதாக வேறு ஒன்றும் செய்யப்போவதில்லை. வழக்கம் போல அவனும் ஒரு மதத்தை உருவாக்கி, முழுமையான உண்மையிலிருந்து மக்களைப் பிரித்து, திசை திருப்பிச் செல்வான். அதைத் தவிர வேறு ஒன்றும் நடக்கப்போவதில்லை. பிறகு நான் ஏன் கவலைப்பட வேண்டும்?"

8. உண்மையின் தரிசனம்

- லா.ச.ராமாமிர்தம்

நெல்லை அரைத்தாயிற்று. கூடத்தில் கொட்டி அளந்து கொண்டிருக்கிறான். அரிசிக்குள் கையைவிட்டு எடுக்கிறேன். டம்புச் சூடே போலும் கணகணப்பு, பூமியின் கர்ப்பத் னின்று வந்ததல்லவா?

அன்னபூர்ணே நம:

சிவனே அவளிடம் கையேந்தி நிற்கிறான். அவளும் இடுகிறாள். பாவனைகளின் அழகை ரசிக்க இதுவே உகந்த முதற்பாடம்.

பாவனை என்பது என்ன?

சாதக விசேஷத்தால் எண்ணத்தின் உருவத்தை உருவக மாக்கி, அதனுள் மிளிரும் நோக்கத்தின் அழகைக் கண்டு இன்புறல்தானே!

மோமா, கலத்துக்குப் பதினாறு படி தேறியிருக்கு. இடிசல்கூட அதிகமில்லை.

இந்தப் பாஷையே மறந்துபோகுமளவுக்கு அத்தனை வருடங்களாகிவிட்டன. ஆனால் புரிந்தமாதிரி தலை ஆட்டு

கிறேன். சந்தானத்தின் சந்தோஷத்தைக் கெடுக்க மன் மில்லை.

இரண்டு மாதங்களுக்கு ஒருமுறை, வீட்டுக்கு ஆந்திரா மூட்டையை முதுகில் சுமந்து வந்து இறக்கித் தையலைப் பிரித்து அவிழ்த்துக் கொட்டி அரிசிப் பீப்பாயுள் அளந்து கொட்டிவிட்டுச் செல்வான். கடையில் வாங்கினால் அளவு எடையில் எழுபத்து ஐந்து கிலோ. இவனிடம் படியில் நாற்-பத்தி ஐந்து. இரண்டு அளவுக்குமிடையே எத்தனையோ திரிசமம். அளப்பதில் திரிசமம். ஆனால் பீப்பாய் நிறையக் காண என்ன மகிழ்ச்சி! ஏதோ ஒரு தைரியம்.

துடைப்பம் போடாமல், ஒரு மணிகூட விடாது திரட்ட-ணும்,எவ்வளவு தூரம் சிதறல்!

கஞ்சியோடு போவாளோ,கழுநீரோடு போவாளோ எனும் பாவனைக்கு பயம்.

வள்ளுவர் வாசுகி கதை — குண்டூசியும், கொட்டாங்-குச்சி யில் தண்ணீரும் — அதுவும் பாவனைதான்!

செய்கைக்குச் செய்கை பாவனையே ஒரு தரிசனம்.

வாங்கிச் சாப்பிடும் அரிசியையே நான் கொண்டாடத் தயாராயிருக்கையில், சந்தானத்தின் பெருமிதம் எத்துணை மகத்தானது! தன் வயலில் விதை நெல்லை வாரியிறைத்து வேளையிலிருந்து.

இரவில்லை பகலில்லை வேளையில்லை என

தாயின் பரிவில் பரமரித்து

தளரா உழைப்பில் அயராக் கண்ணில் வளர்த்து வீட்-டுக்கு வந்து சேர்த்திருக்கிறான், நமக்கும் அளக்கிறான்.

சந்தானம்,நீதான் உண்மையாக வாழ்பவன், நீ அன்ன தாதா.

அதை நீயும் அறியாய்.

உன் விளைச்சல் யார் கலத்தில் சாதகமாக வட்டிக்கப் படுகிறதோ.

அவனும் அறியான்.

மத்யதரைக் கடலில் எங்கோ ஒரு அலை ஒரு நலுங் கலாக உருவெடுக்கிறது.

துளித்துளியாகத் தன் பிரயாணத்தின் வழி திறன்
கொண்டு,

பெரும் நுரைக்கக்கலுடன்

வங்காளக்குடாக் கடல் கரையில் மோதி விரிகின்றது.

அன்னபூர்ண வியாபகம்.

மத்தியானம்.

வேப்பிலை வீட்டு ரேழியில் படுத்திருக்கிறேன்,

சொகுசான இருட்டில், அரைத் தூக்கத்தில் கண் செரு-
கலில், கனவுலகத்துக்கும் நனவுலகத்துக்கும் நடு விளிம்பில்
நினைவு அங்குமிங்குமாக நடுங்குகிறது, நழுவு கிறது. தேறிக்
கொள்கிறது. மறுபடி இதே ஊஞ்சல் அசைவு.—— லாலி
லாலி!!...

பஸ்ஸின் வேகத்தில், ஒரு பக்கம் வாழைக் கொல்லை,
மறுபக்கம் தென்னஞ்சோலை —— பாய்ந்து செல்கின்றன.

ஒரு பக்கம் பாளம் பாளமாகப் பசும்பொன் தகடுகளாலாய
பாவாடை மடிகள் போலும் வாழையிலைகள் அசைகின்றன.
மறுபக்கம் தென்னைகள் சாமரம் வீசுகின்றன.

"வாங்கோ வாங்கோ சோழம் பார்க்க வாங்க!"

இடையிடை பாலங்களினடியில் நாடா ஓடும் வாய்க்
கால்களில் தனித்தனித் துறைகளில் ஆடவரும் பெண்டிரும்
மார்பில் நீராடுகின்றனர். புடவையை வேட்டி போல் இழுத்-
துச் சொருகி... பரவாயில்லை, தைரியமாக நடுத் தண்ணீ-
ரில் நீந்துகின்றனர். துளையலின் வெறியில் உறிஞ்சி உமிழும்
தண்ணீர் மத்தாப்பு வீச்சில் மீண்டும் ஜலத்திலேயே விழுகி-
றது.

அங்கங்களின் விண்விண் செழிப்பு ஆடைகளின் வர்ணங்
கள், வாய்க்காலைச் சூழ்ந்த பசுமையோடு இழையும் ஜாலங்-
களுடன் வானத்தின் மந்தாரத்தைக் குழை.

சோலைகளின் நடுவே அதோ அகன்றதோர் கோபுரம்
ஸ்ரீரங்கம். பின்னால் திரும்பிப் பார், மலைக்கோட்டை

காவேரிப் பாட்டி, பாரியாகப் படுத்திருக்கிறாள். புது
வெள்ளம், அவள் நரைக் கூந்தலாக, அலை அலையாய்

சடைசடையாய், நுரைநுரையாய்ச் சோம்பி மதமதக்கிறது.

அம்மாடி பிரம்மாண்ட ஓவியம் இதைத் தீட்டிய தூரிகை வீச்சில் நான் அலட்சியமான, சின்னஞ் சிறியதோர் சுழிப்பு. ஆனால் இதில் இடம் கண்டுவிட்டபின், நான் இல்லாமல் இந்த ஓவியம் பூரணமில்லை••• பூரணத்துக்கும் பூரணம் தந்- தபடி, பூரணத்தோடு இழைந்து, என் இடத்தில் இடம் தெரி- யாமல் இயங்கும் இந்தப் பேறு கிடைக்க என்ன புண்ணியம் செய்தேனோ!

வான் நீலம், நதியின் தூரத்து விளிம்பில், காவேரிப் பாட்- டியின் கூந்தல் விரி எழுப்பிய பிசுபிசுப்படலமெனம் படபடக்- கிறது.

எந்தக் கவிதையும் யாருடைய சொந்தக் கவிதை அல்ல. எல்லாம் அவள் அணிந்த மாலையினின்று உதிரும். இதழ்கள்.

விழும் இதழ்களுக்குக் காத்திருந்து, அவைகளைக் கண்- டெடுத்து உண்டவன் பாக்கியவான்.

உள்ளமெலாம், உள்ளே, உடல் பூரா மணம் கமகமக்கி- றதே!

பூமியின் கவிதையில் ஒரு வரியாக விளங்கக்கூட நான் ஆசைப்படவில்லை.

அடேயப்பா! என்ன பேராசை! என்ன அசட்டுத் தைரி- யம்?

ஒரு வார்த்தையாக? ஒரு சொல்? ஊ —— ஊம்

இதோ நடு வந்துபோம் ஆனைக்காவின் அகிலாண்டே சுவரி சன்னதியில்.

அத்துணை துணிச்சலுக்கு எங்கு போவேன்?

ஒரு அக்ஷரத்தின்மேல் புள்ளி ஒலியாக, அநாமியாக இடம் தந்தாளெனில்

அதுவே பிறவி கண்ட பயன் ஆகிவிடாதா!

அரைக் கண் மயக்கத்தினூடே அம்மாவின் குரல்- இங்கு எப்படிக் கேட்கிறது?

ராமரத்னம், சாப்பிட வாயேன்! — " அட, ராமரத்னமும் இருக்காளே ! திடுக்கென விழிப்பு.

வேப்பிலை, அவள் பெண்ணைச் சாப்பிட அழைக்கிறாள். இந்த நிமிடம் வரை, இந்த வெளிச்சத்துக்கு எப்படிக் கண்மூடியாக இருந்திருக்கிறேன்? வேப்பிலையின் பெண், அந்த தேகவாகு, அந்த வண்டு விழி, அந்தக் கன்னக் கதுப்பு — அப்படியே ராமரத்னம் அச்சு.

உள்ளே போகிறேன்.

“வாங்கோ மாமா வாங்கோ. எழுப்பலாமா வேண்டாமான்னு நானே தவிச்சுண்டிருந்தேன். காப்பிக்குப் பாலை அடுப்பிலே வெச்சிருக்கேன்.

என் குழப்பத்தை அவளிடம் தெரிவிக்கிறேன். மனத்தின் குழளறலை யாரிடமேனும் சொல்லிக்கொள்ளனும்போல் இருக்கிறது!

“ஏன் இருக்காது? வம்சவழி எங்கே போகும்? உங்கள் அம்மாவும் என் பாட்டியும் ஒரே வயிற்று உடன்பிறப்புகள். ஆகச்சே, என் குரலில் உங்கள் அம்மாவின் ஒற்றுமையும், ராஜியும், உங்கள் தங்கையும் ஒரே ஜாடையாயிருப்பதிலும் என்ன ஆச்சர்யம்? மாமா நீங்கள் வாசலில் போற மாமாவை மாமான்னு அழைக்கற மாமயில்லே. நிஜமாவே உறவு மாமா. எனக்கு ஒண்ணுவிட்ட மாமா. அவாவா எங்கெங்கோ பிரிஞ்சுபோய் உறவு பிரிஞ்சு போகாட்டாலும் மறைஞ்சுபோயிடறது.”

அவள் அணிந்த மாலையினின்று உதிரும் இதழ்கள் விழும் இடத்தில் நேரும் நெஞ்சுள் எதிரொலியே கவிதை. ஆகவே, எந்தக் கவிதையும் யாருடைய சொந்தக் கவிதை அல்ல.

இதென்ன பல்லவி?

இன்று கார்த்திகை.

ஒரே ஜமக்காள விரிப்புப்போல், தெருவில் கோலங்கள். வீட்டுக்கு வீடு கோலத்தாமரை நடுவில் குத்துவிளக்கை நிறுத்தி, ஐந்து முகங்களிலும் திரியேற்றி, தாமரை இதழ்

களின் நடு நரம்புகளில் வரிசையாக வைத்த அகல் விளக்குகளை வீட்டு மகிஷியும், இளவரசிகளும் ஏற்றுகிறார்கள். பட்டுப் புடவையைக் கொசுவம் வைத்துக் கட்டிக்கொண்டு தெருவே திருமணக் கோலம்; ஒரே தேஜோமயம்.

கலியாணமோ கார்த்தியோ!...

கார்த்தி விளக்கேற்றும் ஒவ்வொரு பெண்ணும் தன் சோதரனின் நல்வாழ்வுக்கு ஏற்றுவதாக ஒரு பாவனை.

எனக்கு? — என்னை நினைக்க...

ஐவர் பிறந்தோம்; இன்று இருவர் எஞ்சி நிற்கிறோம். என் தம்பியும் நானும்.

என்னை எனக்காகவே நினைக்க ஒருத்தியும் இல்லையா? லேசாக மூச்சுத் திணறுகிறேன்.

உடனேயே மனம் தேற்றிக்கொள்கிறது.

எழுத்து எனும் பெரும் உறவு இருக்கிறதே! நேரில் சந்திக்க முடியாவிட்டாலும், வாசகர் வழியில் எனக்குக் கிடைத்திருக்கும் தங்கைமார்களே. உங்களுக்கு என் பரிபூரண ஆசிகள். என் தாய்மார்கள் அனந்தம்பேருக்கும் என் சாஷ்டாங்க நமஸ்காரம்.

என்றைக்குமே கோழித் தூக்கம்தான். ஆனால் இன்று யடு மோசம். புரண்டு புரண்டு இருப்பே கொள்ளவில்லை. என் கையே எனக்குத் தெரியாத இந்தக் கும்மிருட்டில் விட்டம் எங்கே தெரியப்போகிறது?

ஆனால் அம்பத்தூரில் அவள் சுட்டிக்காட்டுவதுபோல், பகலிலேயே விட்டத்தைப் பார்த்துக்கொண்டிருந்ததன் அடிப்படையில்தான் இந்த ப்ரயாணம் விளைந்தது. ஆயிரம் குருட்டு யோசனைகள், புழுக்கங்களின் கடையலிலிருந்து ஒரு வாக்கியம் விட்டத்தின்மேல் சுருள் பிரிந்தது.

“வாழ்க்கையின் பிரயாணமே உயிரின் தரிசனம்.”

வார்த்தைகள் தனித்தனி மயிலாடின.

எனக்கே,எப்பவுமே கொஞ்சம் திரியல் பித்து உண்டு. இப்படி இரண்டு வருடங்கள், நான்கு வருடங்களுக்கு ஒரு முறை...

இப்படித்தானே. ஆத்ம விமோசனத்தைத் தேடிப் பிக்குகள் கிளம்பியிருப்பார்கள்! இப்படியா, என்மாதிரி, பெட்டி, படுக்கை டில்லிக் கூடையுடன்——?

அவர்களுடன் உன் பேரை இணைத்துக்கொள்வதால் துறவு என்று உனக்குள் நினைப்பா? அந்த எண்ணத்துடன் ஸரஸம் நடத்துகிறாயா? இது என்ன glamour game?

"வாழ்க்கையின் பிரயாணமே உயிரின் தரிசனம்."

"சந்தானம்!"

யார் இந்த வேளையில்?

படுதாவைத் தூக்கிப் பார்க்கிறேன். வாசற்படியில் ஒரு உருவம். "சந்தானம் இருக்கானா?

சந்தானமே வந்துவிட்டான்.

இருவரும் சற்று எட்டப் போய்க் "கிசுகிசு" பேசி, சந்தா-னம் அவரோடு போய் விட்டான்.

உயிரின் தரிசனம் என்றால் என்ன? மனித முகம்தான். மனித முகம் மட்டும் அல்ல. சிருஷ்டியின் பல்வேறு முகங்-கள். எண்ணற்ற முகங்களைப் பார்த்துப் பார்த்து, நாளடை-வில் உன் பார்வையின் பக்குவத்துக்கேற்ப ஒருநாள்-

எல்லா முகங்களும் முகத்துடன் முகம் இழைந்து ஒரு முகம். ஒரே முகமாக எப்போது தெரிகிறதோ அதுதான் அவள் தரிசனம்.

மாறி மாறி தூக்கத்துக்கும், விழிப்புக்கும் சஞ்சலத் துக்-குமிடையே கனவில் மாதிரியிருக்கிறது. சந்தானம் வந்த மாதிரி, அவனை மணி கேட்ட மாதிரி, 3.35. மாமா" —— மறுபடியும் விழிப்பு நேர்ந்தபோது நன்றாய் விடிந்திருந்தது. பல் விளக்கக் கிணற்றடிக்குப் போனபோது மாட்டுக்குப் பிண்-ணாக்குக் கரைத்துக்கொண்டிருந்தான்.

"என்னப்பா நடுராத்திரியில் அத்தனை அவசரமாப் போனே?'

"அந்த மாமா வீட்டுப் பசுவுக்குப் பிரசவம். ரொம்ப சிர-மப்பட்டுப் போச்சு. பனிக்குடம் உடைஞ்சு, சிசுவும் வெளிப்-பட்டுடுத்து. வலி தாங்காமல் தாய் எழுந்து நின்னுடுத்து நின்-

னபடியே, கன்றுக்குட்டியைக் கையில் ஏந்தியபடியே வாங்கும்படி ஆயிடுத்து. மாடு கிழம் வேறே'

உயிரின் தரிசனத்துக்காக கிளம்பிவிட்டாயே! பார்.. உண்மையின் தரிசனத்தையே பார்.

9. உண்மையா சம்பாரிச்ச சொத்து

- வீ. அய்யனார்

ஒரு ஊர்ல ஒரு ஆசாரி இருந்தா. ரொம்பக் கசுட்டப் பட்டு பணஞ் சம்பாரிச்சு, நெலம்பொலங்க வாங்கி, வேல செஞ்சுகிட்டு, ஆசாரித் தொழிலயும் விடாம, செஞ்சுகிட்டு வந்தர்.

வரயில, ஆசாரி வேலயும் வெவசாயமும் சேந்து, அதிகமான வருமானம் வருது. வச்சிருந்த பணத்துக்கெல்லாம் தங்கமா வாங்கினா. அப்படியே பொன்னா வச்சிருந்தா, கழவாணிக வந்து, கழவாண்டுகிட்டுப் போயிருவாங்கண்டு, வீட்ல இருந்த பனமரத்தத் தொளச்சு, அதுக்குள்ள தங்கத்த அடச்சு, வீட்டுக்கு வெளிய, மாடு கட்டுற கட்டுத் தொறயில, காடிப் பலக மாதிரி போட்டுட்டா.

காடி மரம் போட்டுருக்காண்ட்டு, ஆருமே அது மேல சந்தேகப்படல. அவ்பாட்டுக்கு, வேலய விடாமச் செஞ்சுக்கிட்டு வாரர். தங்கம் — தங்கம் பாட்டுக்கு காடிக்குள்ளார கெடக்குது.

ஒருநா, பலமா காத்தடிச்சு மழ பேயுது. மழயில, ஆசாரி வீடு வெள்ளத்ல முங்கிப் போச்சு. தங்கத்த ஒழிச்சு வச்சிருந்த மரத்தயும் வெள்ளம் இழுத்துக்கிட்டுப் போயிருச்சு. ஆசாரிகிட்ட ஒண்ணுமே இல்ல. குடிக்கக் கஞ்சி கூட இல்ல. வேல செய்யுறதுக்கு எடமில்ல. சுருக்கமா சொன்னா, ஒண்டுறதுக்கு கோடியுமில்ல. எல்லாம் வெள்ளத்துல போயிருச்சு. ஆசாரி மட்டும், பொண்டாட்டி புள்ளைகளோட இருக்கர்.

பொழைக்க வழியில்ல. புள்ள குட்டிங்களக் கூட்டிக்கிட்டு, வேற ஊருக்கு, ஆசாரி பொழைக்கப் போறர். அந்த ஊர்ல

போயி, வேல செஞ்சு பொழச்சுக்கிட்டு இருக்கா.

பொளச்சுக்கிட்டு இருக்கயில -, வச்சிருந்த தங்கத்தப் பத்தி நெனக்காம இருக்க முடியல. நெனக்ய நெனக்ய, நெஞ்சு வேகுது. ஒழச்சு சம்பாரிச்ச சொத்தில்ல, வேகாது பின்ன!

வெள்ளத்ல போன பனமரம், பக்கத்து ஊர்ல, (இப்ப நம்ம ஆத்துல வெள்ளம் போனா, தேனியப் போல) ஒதுங்கிருக்கு.

காலைல — வயக்காட்டுப் பக்கம் போன ஒரு வெவ-சாயி, அந்தப் பனமரத்த எடுத்திட்டு வந்து, இந்தப் பனம-ரத்ல பரம்பு செய்யலாம்ண்டு ஆசாரிகிட்டக் கொண்டுகிட்டு வாரா. கொண்டுகிட்டு வந்து, குடுத்திட்டுப் போயிட்டா.

பரம்பு செய்ய, ஆசாரி, பனமரத்த வெட்டுறா. வெட்டவும் அதுக்குள்ள இருந்த தங்கம் வெளிய தவ்விருச்சு. அப்பத்தா இது நம்ம மரம்ண்டு ஆசாரிக்குத் தெரியுது. பெறகு, ஆசாரி, இந்த மரத்த வச்சுகிட்டு, வேற பனமரத்ல அவனுக்குப் பரம்பு செஞ்சு குடுத்திட்டான். கசுட்டப்பட்டு சம்பாரிச்ச சொத்து, வீணாப் போகுமா தம்பி? போகாது. ஏண்டா, அதுல நம்ம ரத்தம் ஓடுது. பெறகு, தங்கத்த எடுத்துக்கிட்டு, சொந்த ஊருக்குப் போயி, நல்லா பொளச்சானாம்.

10. உண்மை மறந்த குற்றம்

- நவஜோதி ஜோகரட்னம்

வானிலை கொஞ்சம் ரம்மியமாக இருந்தது. குளிர்கா-லத்தின் காற்று அசையவில்லை. மெடிக்கல் சென்ரரில் வைத்தியரைச் சந்திக்கக் குறிக்கும் நேரம் எடுப்பதற்காக வரிசையில் நின்ற பல பேரில் அவளும் ஒருத்தி. மின்-னொளிகள் எரிந்துகொண்டிருந்தாலும் பணியாற்றுபவளைக் காணவில்லை. மார்கழி மாதக் பனிக்காலத்துக்குளிர் ஒருபக்-கம் குத்திக்கொண்டுதான் இருந்தது. லண்டனில் மார்கழிக் கிறிஸ்மஸ்க் காலத்துப் பாடசாலை விடுமுறையும் ஆரம்பித்து விட்டவேளை அது. காத்துக் கொண்டிருக்கும் மக்களின் வரிசையும் குரங்கு வால்மாதிரி நீண்டு வளைந்து போய்க்-

கொண்டிருந்தது.

வெளியில் சென்று வருகை தந்திருந்த அங்கு பணியாற்றும் ஒரு பெண் வந்த கேட்கின்றாள். யாருக்காக இவ்வளவு தூரம் காத்துக்கொண்டு நிற்கின்றீர்கள்?

இன்று சனிக்கிழமையல்லவா?

'வழமையாக சனிக்கிழமைகளில் இந்த மெடிக்கல் சென்ரரில் வேலை செய்வார்கள் தானே?' வரிசையில் நின்ற ஒரு உயர்ந்த பெண் சட்டென்று கேள்வி எழுப்பினாள். இன்று வழமைபோல் திறந்து வைக்கப்பட்டுள்ளதுதானே! எந்த ஒரு அறிவித்தல் பலகையும் காணப்படவில்லையே! என்று தொடர்ந்தாள்.

'நான் வெளியில் சென்ற வேளை நீங்கள் எதிர்பார்க்கும் வரவேற்பில் பணி புரியும் பெண் பஸ் நிலையத்தில் காத்துக்கொண்டு நிற்பதைப் பார்த்தேன். நான் நினைக்கிறேன் அவள் தன் வீட்டிற்குச் செல்வதற்காக நின்கின்றாள் போல் தெரிகிறது' என்றாள் அங்கு பணியாற்றும் பெண்

'ஓ அப்படியா? ஒரு அறிவித்தலாவது இதில் எழுதி போடமுடியாதா?' ஏன்று அங்கு காத்திருந்த அனைவரும் புறுபுறுத்துக்கொண்டே கலைந்து விடுகின்றார்கள். நோய்கள் வந்தால் எவரும் மனித நேசத்தோடு அணுகுவதாயில்லை. ஏதோ சம்பளத்துக்குக் கடமை புரிபவர்கள் தானே! அதுவும் லண்டனில் உள்ள மெடிக்கல் சென்ரரிலா இப்படி நடக்கிறது?.

அவளும் எல்லோரினதும்; கதைகளை அவதானித்தபடி வீட்டிற்குத் திரும்பி;ச் செல்வதற்கு ஆயத்தமாகின்றாள்.

அவளுக்கு ஏற்கனவே காதில் ஏற்பட்ட சிறு நோவு காரணமாக வைத்தியர் மருந்தை நேரடியாகவே பாமஸிக்கு அனுப்பியிருந்தார்கள். கொரோனா தொற்றுநோய்குப் பின் இப்படித்தான் பலமாற்றங்கள் இங்குள்ள சுகாதாரசேவையில். பாமஸியில் வேண்டிய மருந்தைப்பாவித்தும் அவள் சுகம் காணவில்லை. ஆனால் அவர்கள் இரண்டாவது தடவையாகவும் அவளுக்குச் செய்திகள் அனுப்பியிருந்தார்கள். நோய்விடயமல்லவா? அதுவும் பாமஸியினால் அனுப்பப்பட்ட

விடயம். தகவல் அறிவதற்காகவே அவள் சென்றிருந்தாள். ஆனால் பாமஸியில் பொறுப்பாக நின்ற பெண்மணி அது தவறுதலாக அனுப்பப்பட்டிருக்கிறது. மிகுந்த மன்னிப்போடு நீங்கள் வைத்தியரைச் சென்று சந்திப்பது நல்லது என்று கூறினார். வைத்தியரைக் காண்பதற்கான தகவலைப் பெறு-வதற்காகத்தான் அவள் அங்கு சென்றிருந்தாள்.

'மருந்துகள் பரிமாறும்; இடங்கள், மருத்துவ சேவைகள் இடம்பெறும் இடங்களில் இவ்வளவு தூரம் கவனக் குறை-வான செயல்களா? மனிதர்கள் தாம் சுகத்துடன் உயிர்வாழத் துடித்துத்தானே அலைகின்றார்கள். மருந்து

விடயங்களில் மிக அவதானத்துடன் கையாளவேண்டும் அல்லவா? இவர்கள் இத்தொழிலை மனித நேசத்தோடு அல்லவா செய்யவேண்டும்' என்று அவளுள் மனம் வேதனைப்பட்டது.

லண்டனில் வருட இறுதி நெருங்குவதால் கண், பற்கள் போன்றவற்றிற்கான வருடாந்த பாதுகாப்புச் சோதனைககளும் செய்வதற்கான அழைப்புகள் வந்துகொண்டிருந்தன. சுவர் இருந்தால்தானே சித்திரம் வரையலாம். உடம்பை மிக அவதானமாகக் கவனிக்க வேண்டும் அல்லவா?

பற்களிலும் நாம் கவனம் எடுக்க வேண்டும் என எண்ணி பல்வைத்தியரிடம் செல்வதற்கான ஒழுங்குகளைச் செய்து செல்கின்றாள். கொரோனாவுக்குப்பின்னர் அவள் வழமை-யாக இருக்கும் வைத்தியர்கள், மற்றும் பக்க துணையாகப் பணியாற்றுபவர்கள் மாறிவிட்டார்கள் போல்த் தெரிகிறது.. பல் வைத்திய இடத்திலும்; எல்லோருமே புதியவர்களாகத் தென்படுகின்றார்கள். வழமையான வரவேற்பில் இருப்பவள் புதிய விண்ணப்பத்தை நீட்டி பரிசீலனை செய்தபின்னர், பல்வைத்தியர் பரிசோதனைகளை மேற்கொண்டார். மிகவும் சீரான முறையில் பற்கள் பேணப்பட்டிருக்கின்றன என்ற வைத்தியரின் மகிழ்வான செய்தியோடு வீடு திரும்பினாள்.

ஆனால் ஒரு வாரம் கழிந்ததும்; வைத்திய சேவைத் தலைமையில் இருந்து அவளுக்கு ஒரு கடிதம் வந்தது. பற்-களுக்கான பரிசோதனையின் போது உரிய பணத்தொகை

கட்டப்படவில்லை என்றும் அதற்கு வட்டியும் சேர்த்து ஒரு தொகைப்பணத்தை விரைவில் கட்டவேண்டும் என்ற அறிவித்தல் அவளுக்கு ஆச்சரியத்தை ஏற்படுத்தியது. அதன் பின்னர் பற்பரிசோதனைகளுக்கு செல்ல வேண்டுமென்ற ஆர்வமே அவளுக்கு ஏற்படுவதில்லை.

இப்போ லண்டனில் வாகன தரிப்பிடங்கள மட்டுமல்ல வாகனம் சற்று வேகமாகிவிட்டால் உடனேயே கமராவில் 'அதிவேகமாக ஓடியது' எனப் பதியப்பட்டிருக்கிறது என்று பொலிசாரிடமிருந்து தண்டனைத்தொகை அறவிடும் கடிதம் பறந்து வந்துவிடும். அப்பாடி இப்போ மூலை முடுக்கெல்லாம் லண்டனில் கமராக்கள் பூட்டி வைத்திருக்கிறார்கள். பாடசாலை மாணவர்கள் பாடசாலைக்கு நோம் பிந்திப்போவதுவரை குற்றச் செயலாக்கிப் பணத்தை வசூலிக்கின்றார்கள் என்பது விசித்திரமானது. லண்டனில் இவையெல்லாம் நடக்கிறது என்றால் ஆச்சரியம்தான். சனங்களிடம் எப்படி எப்படியெல்லாம் வருத்தி பணத்தை வசூலிக்கலாமென புதிய புதிய கண்டுபிடிப்புகள் இவை.

கிறிஸ்மஸ் புது வருட கொண்டாட்டங்கள் அமளிதுமளியாக லண்டனில் இடம்பெற்றுக் கொண்டிருக்கின்றன. டிசம்பர் மாதம் முழுவதுமே தத்தமது வசதிக்கேற்பக் கொண்டாட்டங்கள் ஆரம்பித்துவிடும். விமலாவும் கிறிஸ்மஸ் ஒன்றுகூடும் நிகழ்வு தங்கள் நெருங்கிய நண்பர்களுடன் தங்கள் வீட்டில்; நிகழ்த்த இருப்பதாக அவளுக்கும் அழைப்பு விடுத்திருந்தாள்.

வெறுங்கையோடு விமலாவிடம் எப்படிச் செல்வது? அவளுக்கு ஒரு நல்ல பரிசு ஒன்று கொடுத்தால் மிகவும் மகிழ்வாள். நல்லதொரு பரிசுப் பெட்டியும் வாங்கப்பட்டு விட்டது. அது முக்கியமான விடயம் அல்லவா?

விமலா வீட்டில் ஆண்கள் பெண்கள் பிள்ளைகள் என்று குதூகலமான நிகழ்வாக நத்தார் கொண்டாட்டம் களை கட்டிக் கொண்டது. கொண்டாட்டம் வீட்டில் என்றாலும் வசதியான வீடாக இருந்த விமலா வீட்டில் பல வகையான சுவையான உணவுகள், குடிபானங்கள் பரிமாறப்பட்டன.

பெண்கள் ஆண்கள் பிள்ளைகள் என்று கூடியிருந்து பல்-
வேறு தத்தமது கதைகளை பரிமாறி மிகமகிழ்வான தருண-
மாக ஆரவாரமாக்கிக் கொண்டிருந்தார்கள்.

வழமையாக குடும்பமாக வரும் வசந்தி, அன்று அங்கு
வசந்தி மட்டும் தன்புதல்வர்களோடு வந்திருந்தாள். அவளது
துணைவரை அவசரமாக இன்று வேலைக்கு அழைத்தி-
ருந்தார்கள். அவர் தனது வேலைத்தளத்திலிருந்து சற்றுத்
தாமதமாக கொண்டாட்டத்திற்கு வருவார் என்ற தகவலோடு
வசந்தி உணவுகளைப் பரிமாறி குதூகலித்துப் புன்னகைத்துக்;
கொண்டிருந்தாள்.

கண்ணீரும் புன்னகையும் கண்ணுக்குத் தெரியாத புத்த-
கம்போல் தெரிகிறது.

திடீரென வசந்திக்கு துணைவரின் கைத்தொலைபேசி
அழைப்பு... அவள் மகிழ்வோடு.

என்னப்பா எங்கே நிற்கின்றீர்கள்?

நான் வீட்டிற்கு வந்துவிட்டேன். மிகுந்த சோர்வடைந்த
குரலில்...

விமலா வீட்டில் எல்லோரும் உங்களை எதிர்பார்த்த
வண்ணம் இருக்கிறார்கள் என்றாள் வசந்தி உற்சாகமான
குரலில்.

நீர் இப்போ பிள்ளைகளையும் கூட்டிக்கொண்டு வீட்டை
வாரும்.

என்னப்பா என்ன நடந்தது? திடீரென்று என்னப்பா இந்-
தக் கோலம்? அடுக்கடுக்கான வசந்தியி;ன் கேள்விகள்
அவனுக்கு சலிப்பைக் கொடுத்திருக்க வேணும்.

நான் சொல்றன்தானே! எனக்குச் சரியான சோர்வாக
இருக்கிறதென்று.

ஐயோ கொரானாக் காலமும் முடிந்தாலும்... இப்படி
ஒருநாளும் இந்தாள் கதைக்காதே!

ஏதோ விபரீதம் நடந்துவிட்டதுபோல் என்று வசந்தி தன்-
னுள் எண்ணிக் கொண்டாள். வசந்தியின் முகமும் பனி
படர்ந்ததுபோல் ஆகியதை அங்குள்ளவர்கள் அவதானித்துக்
கொண்டார்கள்.

ஏன்னால் வரமுடியாது வசந்தி. வேலை இடத்திலும் எனக்கு மிகுந்த சோர்வாக இருந்தது என்று உமக்கு எத்-தனை தரம் சொல்றது.. எனக்கு உடம்பு முற்றிலும் மிகவும் சோர்வாக நித்திரை கொள்ளவேண்டும் போல் இயலாமல் உள்ளது.

அதிர்ச்சியில் உறைவது போல் வசந்தி... வசந்தியின் முகம் வெளிறிப் பேயறைந்தது மாதிரி ஆகிவிட்டது.

ஏனப்பா ஏதாவது சாப்பாட்டை மாறிச் சாட்பிட்டுவிட்டீர்-களா?

'இப்போ போனில் விசாரணைகள் நடத்திக்கொண்டு நிற்-காமல் உடனேயே வீட்டுக்கு வாரும்' போனை துண்டித்து விட்டார்.

அவருக்கு டயப்பிற்றீசும் இருக்கிறது. சரியான கோபக்கா-ரன்வேற. ஏதோ அந்தரப்படுகிறார்.

குரல் தளதளத்த துணைவரின் குரலின் சோர்வு வசந்-தியை அதிர்ச்சிலும், சோகத்திலும் மூழ்கவைத்தது. கண்க-ளில் இருந்து கண்ணீர் சொட்டி வழிகிறது. அவசர அவர-மாக புதல்வர்களையும் அழைத்துக்கொண்டு வீட்டுக்குத் திரும்ப ஆயத்தமாகின்றாள் வசந்தி.

காரைக் கவனமாகச் செலுத்துங்கோ வசந்தி என்று அங்கு இருந்தவர்கள் கூறினார்கள்.

ஒன்றுக்கும் யோசிக்காதையும் வசந்தி. கவனமாகப் பிள்-ளைகளுடன் போய்வாரும் வசந்தி என்று எல்லோரும் கூற, அங்கு வந்தவர்களில் ஒருவர் 'நான் உங்களுடன் காரில் வந்து வீட்டில் இறக்கி விட்டு: வரட்டா?' என்று வினாவி-னார்.

நன்றி அண்ணா. ஏன்னுடன் பிள்கைள் வருகிறார்கள். வீடும் அதிக தொலைவில் இல்லை. அவரின் நிலையை நாங்கள் சென்றால்தான் அவருக்கு ஆறுதலாக இருக்கும் என்று கூறி விட்டு உடனேயே புறப்பட்டாள் வசந்தி.

எல்லோருக்கும் நன்றி என்று மனதிற்குள் சொல்லிக்-கொண்டவள்தான் வசந்தி.

இருபது நிமிடத்தில் அவள் தனது வீட்டை அடைந்து விட்டாள்.

நீண்ட பெருமூச்சுடன்..எல்லோர் முகத்திலும் அச்சம். புதல்வர்கள் அவசர அவசரமாக சுழன்று போய் வீட்டுக்குள் நுழைந்து அப்பாவைத் தட்டி எழுப்புகிறார்கள்.

சாடையாக கண்வழித்துவிட்டுத் திரும்பவும் நித்திரைத்-தூக்கம்.

மிகுந்த நித்திரைச் சோர்வாக ஏதோ தேவையற்றவற்றைச் சொல்லாக்கி உச்சரிப்புகள் தடுமாறிக்கொண்டிருந்தது அப்-பாவுக்கு.

உங்களுக்கு என்ன நடந்துவிட்டது? வழமையாக எடுக்-கும் டயபிற்றிசுக்கான மருந்துகள் எடுத்திருப்பார் என்று எண்ணிக்கொண்ட வசந்தி நேற்றுத்தானே மருந்தகத்தில் சென்று அவருக்கான மருந்துகளை சேகரித்துக் கொண்டு வந்தேன். என்று தனக்குள் வசந்தியின் எண்ணம் சுற்றிக்-கொண்டு வந்தது.

வழமையாக வசந்திதான் அவருக்கு சக்கரை நோய்க்-கான மருந்துகள் எடுத்துக் கொடுப்பது வழக்கம்.

வசந்தி அந்தச் சிவப்புநிறக் குளிசையைப் போய்ப்பார்த்-தாள். இதுதானே அவர் எடுத்துக் குடித்திருப்பார்.

ஆனால் இந்தச் சிவப்பு நிறக் குளிசை நான் வழமை-யாகக் குடுக்கும் அந்தச் சிவப்புக் கலர் மாதிரி இல்லையே! நிறத்தில் சற்று மங்கலான சிவப்பாகத் தெரிகிறதே! என்று-விட்டு வசந்தி மருத்துவ பரிந்துரை செய்யப்பட்ட அந்தப் பத்திரத்தை எடுத்துப் பார்த்தாள்.

அந்தப் பரிந்துரைப்பத்திரம் வசந்தி மருந்தகத்தில் (Phய-சஅயஉல) வேண்டிக்கொண்டு வந்த அந்த வெள்ளை பிளாஸ்ரிக் பையோடுதான் பத்திரமாக ஒட்டிக்கொண்டு இருந்தது.

ஐயோ! இது என்ன கொடுவினை. அந்தப் பத்திரத்தில் சம்பந்தமே இல்லாத வேறு ஒருவரின் பெயர் அல்லவா இருக்கிறது. வெளிறிப்போனது அவளின் முகம். தனது புதல்வர்களையோ மயக்கத்தில் இருக்கும் துணைவரையோ

பார்ப்பதற்க்கு வசந்திக்குச் சற்றுப் பயமாகவே இருந்தது.

நான்தானே அவரின் மருந்துகளை மருந்தகத்தில் சென்று எடுத்துவந்தேன். மடைச்சி என்ன பெரிய தப்புச் செய்து விட்டேன். மருந்தகத்தில் தவறுதலாக மீள் பரிசோதனை செய்யாது மருந்துகளைத் தந்தாலும் நானும் அல்லவா அதனைக் கவனித்திருக்க வேண்டும். என்னிலும் தப்பு என்று தன்னைத் தானே திட்டித் தீர்த்;துக் கொண்டாள் வசந்தி.

இன்று கிறிஸ்மஸ் விடுமுறைக்கான தினம் என்று ஏல்லா மருந்தகங்களும் மூடப்பட்டுக் கிடக்கின்றனவே. கொஞ்ச நேரம் பார்ப்போம். சோர்வினால் நித்திரைதானே கொள்கின்-றார். சற்று அசைவதுமாகத்தானே இருக்கிறார். நான் என்ன செய்வேன் என்று கண்கலங்கினாள் வசந்தி. ஆழ்ந்த தூக்-கத்தில்தானே இருக்கிறார் விழித்திடுவார் விரைவில் என்று ஓலமிடுகிறது அவள் குரல்வளை. வசந்தியின் உள் மனசு அவளையும் மீறிக்கொண்டு; தத்தளிக்கிறது.

புதல்வர்களும் வசந்தியும் விழித்துக்கொண்டே இருக்கி-றார்கள்.

தங்கள் தங்கள் சோபாக்களில் இருந்தவண்ணமே குட்-டித்தூக்கம் போட்டுவிடுகிறார்கள் எல்லோரும்தான். சகோத-ரர்கள் இருவரும் ஒருவருடைய முகத்தை ஒருவர் துயரந்-தோய்ந்த வண்ணம் பார்த்துக் கொள்கிள்றனர்.

கிட்டத்தட்ட விடிகாலையாகும்போது வழமைபோல் விழித்துக்கொள்ளுகின்றார் அப்பா. தண்ணீர்த்தாகம் மேலோங்குகின்றது.

அருகிலிருந்த வசந்தி பதைபதைப்போடு எழுந்துகொள்-கின்றாள். அவருக்கு தேவையானதெல்லாம் செய்து முடித்த-பின் அவராகவே தான் வசந்தி நேற்று மருந்தகத்தில் சேக-ரித்த குளிசையைப்போட்ட கதையைச் சொல்கின்றார்.

‘அவரும் ஒன்றையும் பார்க்காமல் குடித்திருக்கிறார் என்று எண்ணிய வசந்தி. தனது கவலையீனத்தைச்ச சட்-டென்று கூறி வாங்கிக் கட்டப்போகிறேன் இவரிடம் இப்போ’ என்று எண்ணிய வசந்தி அமைதியானாள்.

ஓமப்பா பெரிய பிழையொன்று நடந்துபோட்டுது. வசந்தியும் தனது கவனமில்லாமல் செயற்பட்ட கதையை மெதுவாக் அவிட்டுவிட்டாள். நாம் எந்த விடயத்தைச் செய்யும்போதும் அதில் முழுவதுமான மிகுந்த கவனத்துடன் செயற்படவேண்டும். என்பதை மீண்டும் மீண்டும் தன்னுள் வலியுறுத்துகின்றாள்.

நேரத்தைக் கணிப்பிட்டு வசந்தி மருந்தகத்தில் சென்று விபரம் கேட்கின்றாள். மருந்துகளைப் பரிந்துரை செய்யப்பட்ட பத்திரத்தோடும் மருந்தோடும் வசந்தி செல்கின்றாள்.

மருந்தகத்திற்குச் சென்றபோதுதூன் அந்த மருந்தோ நீரழிவுக்கான மருந்து அல்ல என்றும், அது நினைவு, சிந்தனை, நடத்தையில் ஏற்படும் சீரலைவையும் அதனால் நாளாந்த செயற்பாடுகளில் ஏற்படும் சீர்குலைவையும் நிவர்த்தி செய்வதற்காக பரிந்துரை செய்யப்பட்ட மருந்து என்பதை வசந்தி அறிந்துகொண்டாள். அதாவது மறதி நோய்க்கான மருந்து. அதுதான் அவ்வளவு தூக்கத்தை ஏற்படுத்தியதோ! ஏன்று அவளுள் சிந்தனை சிந்தியது.

அங்கு பணியில் நின்றவர்கள் தடுமாறினர். வேலையில் நின்றவர்களின் பார்வையின் பணிவும், பெருந்தவறுதலின் ஆழ்ந்த பயபீதியான உணர்வையும் வசந்தியால் புரிந்துகொள்ள முடிந்தது. மிகுந்த மன்னிப்போடு என்று சமாதானம் செய்யத் தொடங்கிவிட்டனர்.

‘அவருக்கு ஏதாவது ஆபத்தான விடயம் நடந்திருந்தால், யார் இதற்குப் பொறுப்பு? சட்ட நடவடிக்கை எடுத்தால்; சங்கடமான நிலைமை என்ன என்பதை சிந்தியுங்கள், மற்றும் நோயாளிகளின் விடயங்களில் அவதானமாக இருங்கள் என்பதையெல்லாம் வசந்தி கூறவேண்டிய அவசியம் அவளுக்கு அங்கு ஏற்படவில்லை’

சற்று மன இறுக்கத்துடன் சரியான மருந்தைப்பெற்றுக்கொண்டு வீடு திரும்பினாள் வசந்தி. விவரிக்கமுடியாத மகிழ்ச்சியில் பெற்றோரும்...பிள்ளைகளும்...

வாழ்க்கை அற்புதமானதாகவும், அர்த்தம் நிறைந்ததாகவும் அவர்களுக்குத் தோன்றியது.

11. உண்மைக்குத் தடையாக இருப்பது மதங்களே!

– ஷாராஜ்

ஹஸ்ரத் ஷிப்லியிடம் ஒரு முறை கேட்கப்பட்டது: “உங்களை சூபி மார்க்கத்திற்கு வழிப்படுத்தியவர் யார்?”

ஷிப்லி சொன்னார்: “ஒரு நாய்.”

கேட்டவர்கள் வியந்தனர். “ஒரு நாயா உங்களை சூபி மார்க்கத்திற்கு வழிப்படுத்தியது?”

கேட்கிற எல்லோரையுமே இது ஆச்சரியப்பட வைக்கக் கூடியதுதான். சூபிஸம் என்பது ஒரு மெய்ஞான மார்க்கம். ஒரு நாயால் எப்படி அதற்கு ஒருவரை வழிப்படுத்த முடியும்?

ஷிப்லி விவரித்தார்.

“நான் ஒரு முறை ஆற்றோரம் சென்றுகொண்டிருந்தேன். ஆற்றில் நீர் பருகுவதற்காக வந்த நாய், நீரில் தெரியும் தனது பிம்பத்தைப் பார்த்து அது இன்னொரு நாய் என்று நினைத்து, பயந்து பின் வாங்கியது. அந்த நாய்க்கு மிகுந்த தாகம். எப்படியும் தண்ணீர் பருகியே ஆகவேண்டும். ஆனால் ஒவ்வொரு முறை அது நீரிடம் சொல்லும்போதும் அதில் தெரிந்த தனது பிம்பத்தைக் கண்டு பயந்தது பின்வாங்கியது. ஆனால் எப்படியும் நீர் பருகியே ஆகவேண்டும் என்கிற அதன் வேட்கை காரணமாக, பிறகு துணிந்து ஆற்றில் இறங்கி நீர் பருகியது. அப்போதுதான் அதற்குத் தெரிந்தது, நீருக்குள் இருந்தது வேறு ஒரு நாய் அல்ல என்று. அதைப் பார்த்ததும்தான் எனக்குப் புரிந்தது, உண்மையை அடைவதற்குத் தடையாக இருப்பது எனக்குள் உள்ள பிம்பங்கள் என்று. எனவே, தடையாக இருந்த பிம்பங்களை மறந்துவிட்டு, நான் உண்மைக்குள் குதித்துவிட்டேன்!”

இந்த சூபி கதையில் இரு விதமான பாடங்கள் உள்ளன. ஒன்று, நாம் எந்த ஒரு உயிரினத்திடமிருந்தும், சாதாரண

நிகழ்விலிருந்தும், ஞானத்திற்கான வழிகாட்டலைக் கண்டடைய முடியும் என்பது. அடுத்தது, சுயம் என்பது வெறும் ஒரு மாயை என்பது. நம்முடைய சுயம் அல்லது அகந்தை எதுவாயினும் அது நம்மாலும் மற்றவர்களாலும் ஏற்படுத்தப்பட்ட பிம்பம்தானே அன்றி அவை உண்மையானவை அல்ல. அதே போலத்தான் மக்கள் ஏற்படுத்திக் கொள்கிற இனம், மதம், ஜாதி போன்ற புற அடையாளங்கள் அனைத்துமே!

ஆன்மிகமும் மெய்ஞானமுமே உண்மையான மதத்தன்மைகள். சில மதங்கள் அவற்றை வழங்குகின்றன. ஆனால், சில மதங்களோ தமது கடவுள், சமய நம்பிக்கைகள் ஆகியவற்றை மட்டுமே சரி என்றும், அதுவே உயர்வானது என்றும், மற்றவர்களுடையவை இழிவானவை என்றும் போதிக்கின்றன. எனவேதான் மதங்களுக்குள் எப்போதும் கலவரங்கள் இருப்பதைப் பார்க்கிறோம் ஆனால் மெய்ஞான மார்க்கங்கள்ானான தந்த்ரா, ஸென், தாவோ, சூபிசம், கபாலிஸம் போன்றவற்றில் இந்த பேதங்கள் எதுவும் இருக்காது. இவை அனைத்துமே உண்மையை வெவ்வேறு வழிமுறைகளில் அணுகக்கூடியவை. சுயமாக உணர்ந்து ஒவ்வொரு தனிநபரும் மெய்ஞானம் அடைவதற்கு வழி வகுக்கக் கூடியவை.

மதங்கள் கற்றுத் தராத பேருண்மையை ஒரு நாயிடமிருந்தும் கூட நாம் கற்றுக்கொள்ள முடியும். மெய்ஞானம் அப்படிப்பட்டதுதான். ஆனால், மதவாதிகள் இதை ஏற்றுக்கொள்ள மாட்டார்கள். அவர்களுக்குத் தேவை அவர்களின் வேத நூல்கள், கடவுள்கள், அவதாரங்கள், கடவுளின் வாரிசுகள் அல்லது கடவுளின் அதிகாரிகள்தானே தவிர, உண்மையோ மெய்ஞானமோ அல்ல!

உண்மைக்குத் தடையாக இருப்பது மதங்கள்தான்! ஞானிகள் உண்மையை நாடுகிறார்கள். மக்களோ மதங்களை நாடுகிறார்கள்.

12. உண்மைக் கதை - இமையம்

“இங்க வள்ளலார் அனாத இல்லம் எங்க இருக்கு?” என்று செல்வம் ஆட்டோக்காரனிடம் கேட்டான்.

“கவர்மண்டு ஆஸ்பத்திரி தெரியுமா?” என்று ஆட்டோக்காரன் திரும்பி கேள்விக்கேட்டான்.

“தெரியும்.”

“கவர்மண்டு ஆஸ்பத்திரிய தாண்டி நேரா மேற்கப் போ. நீ சொல்ற எடம் வந்துடும்.”

“ஆட்டோ வருமா?”

“அறுபது ரூபா ஆவும். ஏறுங்க போவலாம்” என்று ஆட்டோக்காரன் சொன்னான்.

“பரவாயில்ல. மேல பத்து ரூபாக்கூட தரன்” என்று சொன்ன செல்வம் பஸ் ஸ்டாண்டு பக்கம் பார்த்தவாறு நின்றுகொண்டிருந்த லீலாவதியிடம் “வா. வந்து ஆட்டோவுல ஏறு. போவலாம்” என்று சொல்லிவிட்டு, லீலாவதி என்ன சொல்கிறாள் என்றுகூட கேட்காமல் ஆட்டோவிற்குள் ஏறப்போனான்.

“நடந்து போவலாம்.”

ஆட்டோவில் ஏறாமல் திரும்பிப்பார்த்து “என்னம்மா சொல்ற? பணம் போனா போவுது. வா. ஏறு. ஆட்டோவுல போனா சீக்கிரம் போயிடலாம்” என்று சொல்லிவிட்டு செல்வம் ஆட்டோவில் ஏறி உட்கார்ந்தான்.

“கல்யாணத்துக்காப் போறம்? முகூர்த்த நேரம் முடியுறதுக்குள்ளார போவணுமின்னு வேகமா போறதுக்கு? நான் வன வாசம்தான பேறன்.”

செல்வத்தின் முகம் செத்துப்போயிற்று. உடனே ஆட்டோவைவிட்டு கீழே இறங்கி லீலாவதிக்குப் பக்கத்தில் வந்து நின்றுகொண்டு “வெயிலா இருக்கும்மா.” என்று சொன்னான்.

“நான் அவ்வளவு வேகமாப் போயி என்னா செய்யப்போறன்?”

“விசாரிக்கத்தான போறம்? ஓடனே தங்கவாப் போற? வா. ஆட்டோவுல போயிடலாம்.” கெஞ்சுவது மாதிரி சொன்னான்.

“நான் சீக்கிரம் போவணுமா? நான் சுடுகாட்டுக்குப் போறதில ஒனக்கு அவ்வளவு ஆசயா?”

லீலாவதி சாதாரணமாகத்தான் கேட்டாள். ஆனால் அவள் கேட்டவிதம் செல்வத்தை கோபம் கொள்ள வைத்-தது. அடுத்த வார்த்தை பேச தெம்பு இல்லாமல் செய்தது. அதனால் அவளைப் பார்ப்பதைத் தவிர்த்துவிட்டு ஆட்டோ-வையும், டிரைவரையும் பார்த்தான்.

“நடந்தே போவலாம்.” சண்டைக்காரனிடம் சொல்வது மாதிரி லீலாவதி சொன்னாள்.

“நான் எதுக்கு சொல்றன்னு புரியுதா? நடக்கிறதுக்கு கஷ்டமா இருக்கும்ன்னுத்தான் சொன்னன்.”

“அவசரமின்னா நீ வீட்டுக்குப் போ. நான் நடந்தே போறன். நானா விசாரிச்சிக்கிறன். நீ எங் கூட வந்தாத்தான் சேக்க மாட்டங்க. நான் தனியா போனா அனாதன்னு சொல்லிடுவன். நம்புவாங்க.”

செல்வத்துக்கு கோபத்தில் முகம் சிவந்து போயிற்று. “நான் ஒண்ணு சொன்னா நீ வேற ஒண்ணா புரிஞ்சிகிற.” லீலாவதியைப் பார்க்காமல் முகத்தைத் திருப்பிக்கொண்டு ரோட்டைப் பார்த்தான்.

லீலாவதியையும் செல்வத்தையும் மாறிமாறி பார்த்த ஆட்-டோக்காரன் “ஆட்டோ வாணாமா?” என்று கேட்டான். அவன் கேட்டதற்கு பதில் சொல்லாமல் “அனாத இல்லத்-தில யார வேணுமின்னாலும் சேத்துக்குவாங்களா? பணம் கட்டணுமா? சாதி பாப்பாங்களா?” என்று லீலாவதி கேட்-டாள். லீலாவதியை ஏறஇறங்க பார்த்த ஆட்டோக்காரன். பட்டும்படாமலும் சொன்னான் “இலவசம்தான். பணமெல்-லாம் கட்ட வேண்டியதில்ல. அனாதயா இருக்கணும்.”

“அனாதையா இல்லன்னா சேக்க மாட்டாங்களா?”

“சேக்க மாட்டாங்க” என்று சொன்ன ஆட்டோக்காரன் “ஆட்டோ வேணுமா? வேணாமா?” என்று கேட்டான்.

“நான் அனாததான். என்னெ சேத்துக்குவாங்களா?”

“போயி கேட்டுப்பாரு” என்று சொன்ன ஆட்டோக்காரன் செல்வத்தின் பக்கம் திரும்பி “ஆட்டோ வேணுமா? வேணமா?” என்று வேகமாகக்கேட்டான். அவன் வாயைத் திறக்காததால் வெடுக்கென்று ஆட்டோக்காரன் நான்கு ஐந்து அடி தூரம் தள்ளிப்போய் நின்றுகொண்டு சவாரி பிடிப்பதற்கு முயன்றான்.

லீலாவதிக்கு சப்பென்றாகிவிட்டது. அனாதை இல்லத்தில் தன்னை சேர்த்துக்கொள்ள மாட்டார்களோ என்ற கவலை வந்தது. அதே நேரத்தில் ஆட்டோக்காரன் மீது கோபம் உண்டாயிற்று. “பணம் காசு கொடுக்கிறதவிட இப்ப சனங்களுக்கு பேசுறதுதான் பெரிய கஷ்டமா இருக்கு.” என்று சொன்னாள். மொட்டையாக ஒரே வரியில் பதில் சொல்லிவிட்டு தூரமாகப்போய்விட்டானே என்று ஆச்சரியப்பட்டு ஆட்டோக்காரனையே பார்த்தாள். பக்கத்தில்போய் விசாரிக்கலாமா என்று யோசித்தாள். செல்வம் பக்கத்தில் நின்றுகொண்டிருக்கும்போது எப்படி கேட்க முடியும் என்று தயங்கினாள். அப்போது இடித்துவிடுவது மாதிரி ஒரு பஸ் வந்ததும் பயந்துபோய் பின்னால் தள்ளி நின்றாள். அதைப் பார்த்த செல்வம் “கொஞ்சம் ஓரமா வாம்மா” என்று சொன்னான்.‘

“போவம். வா.”

“வெயிலா இருக்கு. அவ்வளவு தூரம் குச்சிய ஊணிக்கிட்டு நீ எப்பிடி நடப்ப? ட்ராபிக்கா வேற இருக்கு. ஆட்டோவுல போயிடலாம்மா.” கெஞ்சுவது மாதிரி கேட்டான்.

“வழிய மட்டும் சொல்லு. நான் போய்க்கிறன்.” கறாராக சொன்னாள். முகத்தைத் திருப்பிக்கொண்டாள்.

செல்வம் தலையில் அடித்துக்கொண்டான். “ஒருத்தர் பேச்ச ஒருத்தர் கேக்காததாலதான் போவக் கூடாத எடத்துக்கொல்லாம் போவ வேண்டியிருக்கு.”

“நீ வழிய மட்டும் சொல்லு.”

"விதிய மாத்த யாராலயும் முடியாது." என்று அலுப்புடன் சொன்னான். கோபத்துடன் லீலாவதியைப் பார்த்தான்.

"சீக்கிரம் செத்துப் போறவங்கதான் புண்ணியம் செஞ்ச-வங்க. நான் புண்ணியம் செஞ்சவ இல்லெ."

"பஸ் ஸ்டாண்டுல நின்னுக்கிட்டு என்னம்மா பேசுற?" வெறுப்புடன் கேட்டான்.

"போற எடத்தில என்னா சொல்லப் போறாங்கன்னு தெரியல. அதுவே பெரிய மனக் கொதிப்பா இருக்கு. வா போவம். நடக்கிறது நடக்கட்டும். நான் நெனைக்கிறதுதான் நடக்கணுமின்னு சட்டமா இருக்கு. எனக்கு ஒரு தெய்வமும் தொண இல்லாம போயிடுச்சி" எதிரிலிருந்த அன்னபூரணி ஹோட்டலைப் பார்த்தவாறு சொன்னாள்.

"அம்மா."

"வர்றதா இருந்தா வா. இல்லாட்டிப் போ" என்று சொன்ன வேகத்திலேயே நடக்க ஆரம்பித்தாள்.

"அப்படி இல்ல. இப்பிடி." என்று சொல்லிவிட்டு தலை-யில் அடித்துக்கொண்டான்.

அவன் சொன்ன மாதிரியே கிழக்கில் நடக்காமல் மேற்-கில் நடக்க ஆரம்பித்தாள் லீலாவதி. அவளுக்குப் பின்னால் நடக்க ஆரம்பித்தான் செல்வம்.

குச்சியை ஊன்றிக்கொண்டு லீலாவதி நடப்பதை பார்ப்-பதற்கு செல்வத்திற்கு கஷ்டமாக இருந்தது. இடுப்பை வளைத்துவளைத்து, உடம்பை கோணிகோணி நடப்பதை பார்ப்பதற்கு என்னவோ மாதிரி இருந்தது. கால்களை நெளித்துநெளித்து ஒவ்வொரு அடியையும் மெல்லமெல்ல எடுத்து வைத்துத்தான் அவளால் நடக்க முடியும். பார்ப்ப-வர்கள் விநோதமாக பார்ப்பார்கள். நடக்க முடியாத ஆளை நடத்தி அழைத்துக்கொண்டு போவதற்காக, தெரிந்தவர்கள்-தான் என்றில்லை ரோட்டில் போகிற யார் வேண்டுமானாலும் திட்டுவார்கள் என்ற எண்ணம் வந்ததும் செல்வத்திற்கு லீலாவதியின்மீது கோபம் உண்டாயிற்று. ரோட்டில் போகிற கார், பஸ், ஆட்டோ, ஸ்கூட்டர், ஆட்கள் எல்லாம் என்ன

நினைப்பார்கள் என்பது அவனுக்கு பெரும் கவலையாக இருந்தது. ஆனால் எதைப்பற்றியும் கவலைப்படாமல் நொண்டிநொண்டி லீலாவதி பித்துப்பிடித்த மாதிரி நடந்து கொண்டிருந்தாள். அவள் நடந்துகொண்டிருந்த விதம் ஏற்கனவே தெரிந்த இடத்திற்கு போவது மாதிரி இருந்தது. “சொல்றத கேட்டாத்தான? ஆட்டோவுல போனா என்னா கேடு வந்துடும்? கிழட்டு முண்டச்சிக்கு என்னா பிடிவாதம்? சனியன்” என்று சொல்லிவிட்டு பல்லைக் கடித்தான்.

லீலாவதியின் பிடிவாதம் செல்வத்திற்கு ஆச்சரியமாக இருந்தது. புதுப் பெண்ணாக இருந்தாள். ஒரு வாரமாக சாப்பிடவில்லை. படுத்த இடத்தைவிட்டு எழுந்திருக்கவில்லை. யாரிடமும் ஒரு வார்த்தை பேசவில்லை. “அனாத ஆசிரமத்துக்குப் போறன்” என்பதையே மந்திரம் சொல்வது மாதிரி சொல்லிக்கொண்டிருந்தாள். காரணம் கேட்டால் பதில் சொல்லவில்லை. கெஞ்சிகெஞ்சிப் பார்த்துவிட்டு அக்கம்பக்கத்து வீட்டார்களிடம் சொல்லி லீலாவதியிடம் பேச வைத்தான். தெருவில் இருந்த பலரும் வந்து சொல்லிப் பார்த்தார்கள். சாப்பாடு மட்டுமல்ல பச்சைத் தண்ணீரைக்கூட அவள் குடிக்கவில்லை. வெறுத்துப்போய் “இந்த வயசில இம்மாம் புடிவாதமா? போய்தான் தெரிஞ்சிக்கிட்டு வரட்டும். ஒரு வாரம் இருந்து பாக்கட்டும். அப்பத்தான் வீட்டோட அரும தெரியும். சின்ன புள்ளைங்களவிட அதிகமா அடம் புடிச்சா என்னா செய்ய முடியும்? வயசு ஆயிட்டாலே புத்தி கோளாறாயிடுது. குழந்தைகள வச்சிருக்கிறதவிட வயசானவங்கள வச்சிருக்கிறதுதான் இந்த காலத்தில பெரிய சிக்கலா இருக்கு.” என்று ஒருவர் தவறாமல் சொன்னார்கள். வேறு வழியில்லாமல்தான் செல்வமும் ஒத்துக்கொண்டான். காலையில் கிளம்பும்போதுகூட “சாப்புடு” என்று கெஞ்சினான். ஒரு நூல் அசையவில்லை. காலையில்கூட சாப்பிடவில்லையே என்ற எண்ணம் வந்ததும் வேகமாக பக்கத்தில் வந்து “ஏதாச்சும் சாப்புட்டுட்டு போவலாம். வீட்டுலதான் சாப்புடல. கடயிலியாவது சாப்புடன்.

போனதுமே எப்பிடிம்மா சேத்துக்குவாங்க? எப்ப சாப்புட முடியுமோ? நீ சாப்புட்டு எட்டு ஒம்போது நாளாயிடிச்சே" என்று உடைந்துபோன குரலில் சொன்னான்.

"பசிக்கல."

"நான் சொல்றத கேளும்மா."

"அப்பிடியாச்சும் நான் செத்தா சரி." பேச்சை வெட்டி-விட்டாள். ஆனால் செல்வம் விடவில்லை.

"ஒரு காப்பியாச்சும் குடியன்."

"வெறும் வயித்தில குடிச்சா குடலப் புரட்டும். வாண்-டாம்."

"இளநிக்காரன் நிக்குறான். ஒண்ணு வாங்கட்டுமா?"

"தேவயில்ல."

"பெத்த புள்ளைக்கிட்ட எதுக்கு புடிவாதம்? சொன்னாக் கேளும்மா." செல்வம் கெஞ்சினான். லீலாவதியை எப்படி-யாவது சாப்பிட வைத்துவிட வேண்டும் என்பது அவனு-டைய விருப்பமாக இருந்தது.

"வெயிலா இருக்கு. போயிடலாம். போற எடத்தில என்னா சொல்வாங்களோ? அனாதயா இருந்தாத்தான் சேப்-பாங்களாம்."

"எதுக்கு வெட்டிவெட்டிப் பேசுற? ஓரமா வா. காருக்-காரன் ஏத்திப்புடப்போறான்." என்று சொல்லி லீலாவதியின் கையைப் பிடித்து லேசாக நகர்த்திவிட்டான்.

"அப்படித்தான் ஒண்ணும் நடக்க மாட்டங்குது. சனியன் நமக்கு எதுக்குன்னு ஒவ்வொரு காருகார நாயும் ஒருங்கிஒ-துங்கிப் போவுதுங்க."

"கண்டபடி பேசாத. இங்கப்பாரு. 'சாப்புட வாங்க'ன்னு ஒரு ஹோட்டல் இருக்கு. வா. போயி ரெண்டு இட்லி தின்-னுட்டுப் போயிடலாம். கோபப்படாம சொல்றத கேளு."

"வாண்டாம். ஓட்டலுக்கு இப்பிடியெல்லாம் பேரு வைக்க ஆரம்பிச்சிட்டாங்களா? சனியன் புடிச்சவங்க." முன்னைவிட வேகமாக நடக்க முயன்றாள். லீலாவதியின் செய்கை செல்-வத்தைப் பைத்தியம் பிடிக்க வைத்துவிடும்போல இருந்தது.

ஒரு நொடி அவளைப் பார்க்காமல் இருப்பதற்கு முயன்றான். ரோட்டில் போகிற வண்டி வாகனங்களைப் பார்க்க முயன்றான். மனம் எதிலும் நிற்கவில்லை. திரும்பி லீலாவதியைப் பார்த்தான். கோபமாகவும் இருந்தது, வருத்தமாகவும் இருந்தது. கோபம்தான் அதிகமாக இருந்தது. அவளுடன் ரோட்டில் நடந்துகொண்டிருப்பது கூடுதல் எரிச்சலை உண்டாக்கியது. எரிச்சலைக் கட்டுப்படுத்த முடியாமல் கேட்டான்.. "வீட்டுக்காப் போறம்? போன ஒடனே சாப்புட்டுக்கலாம்ன்னு இருக்க. இல்லெ சொந்தக்காரங்க, தெரிஞ்சவங்க வீட்டுக்குப் போறமா?"

"நான் வன வாசம் போறன், சுடுகாட்டுக்குப் போறன்."

"எனக்கு கோவத்த உண்டாக்காத" என்று கத்திய செல்வம் மறுநொடியே குரலை மாற்றிக்கொண்டு தன்மையான குரலில் சொன்னான் "நான் எந்தத் தப்பும் செய்யல. நீதான் அடம்புடிச்சிக்கிட்டு அனாத இல்லத்துப்போறன்னு வர? இத்தினி வருசத்தில நான் எப்பயாச்சும் ஒன்னெ எடுத்தெறிஞ்சிப் பேசி இருக்கனா? கெட்ட வாத்த சொல்லி திட்டி இருக்கனா?"

"வீட்டு விசயத்த ரோட்டுல எதுக்குப் பேசுற?"

லீலாவதியின் குரலில் எந்த தடுமாற்றமும் இல்லை. எட்டு ஒன்பது நாட்களாக சாப்பிடாத பெண்ணினுடைய குரல் மாதிரி இல்லை. மனப்பாடம் செய்து வைத்திருந்த வார்த்தைகளை சொல்வது மாதிரி ஒவ்வொரு வார்த்தையையும் பயன்படுத்தினாள். செல்வத்திற்குத்தான் குழப்பம். வார்த்தைகளைத் தேடினான். தடுமாறினான். லீலாவதி அனாதை இல்லத்தில் சேர்ந்துவிட்டால் பரவாயில்லை என்றும், சேர்ந்து விடக்கூடாது என்றும் ஒரே நேரத்தில் இரண்டு ஆசைகளும் அவனுக்கு இருந்தன. சேர்த்துகொள்வார்களா, சேர்த்துக் கொள்ள மாட்டார்களா? மகன் இருப்பதால் சேர்த்துக் கொள்ள மாட்டேன் என்று சொல்லிவிடுவார்களா? திடீரென்று பாசம் வந்த மாதிரி பக்கத்தில் வந்து நடந்துகொண்டே சொன்னான் "என்னெ புரிஞ்சிக்க மாட்டி-

யாம்மா?"

"ஒனக்கு வெக்கமா இருந்தா திரும்பிப் போயிடு. வழிய கேட்டுக்கிட்டு நானே போயிக்கிறன். பாதி தூரம் வந்திருக்க மாட்டம்?"

"நான் என்ன சொல்றன்? நீ என்ன சொல்ற?" கோபத்-தில் கத்தினான்.

"நீ எங்கூட வர்றதுதான் தொந்தரவு. அங்க வந்து 'இது எங்கம்மா'ன்னு சொல்லாத. தெரிஞ்ச பொம்பள, தெருக்கார பொம்பளன்னு சொல்லிடு. அப்பத்தான் என்னெ சேத்துக்கு-வாங்க."

"வாய மூட மாட்டியா? பேசுறதுக்கும் ஒரு அளவு இல்லெ?" என்று சொல்லி முறைத்தான். கோபத்தில் தனக்-குத்தானே சொல்லிக்கொண்டான்.. "எல்லாம் என் தல எழுத்து. ஒனக்கு புள்ளையா பொறந்து நான் படுற பாடு இருக்கே. அதுக்கு நான் செத்துப்போவலாம்."

"நாங்கதான் ஆசப்பட்டு பெத்தம் ஒன்னெ. நீ கேக்கல." லீலாவதியினுடைய கண்களிலிருந்து கண்ணீர் வந்தது.

"எதுக்காக இந்த வாத்தய சொல்ற? நானா அனாத இல்-லத்துக்குப் போன்னு சொன்னன்? நீதான் திமிர் புடிச்சிப்-போயி வர."

செல்வத்திற்கு மண்டை வெடித்துப் போகிற அளவுக்கு கோபம் உண்டாயிற்று. வீடாக இருந்திருந்தால் பெரிய சண்டை போட்டிருப்பான். காட்டுக் கத்தலாகக் கத்தியி-ருப்பான். கோபத்தில் கெட்ட வார்த்தை சொல்லி திட்டி-யிருப்பான். லீலாவதியை அடிக்க முடியாமல் தன்னுடைய பிள்ளைகளைப் போட்டு அடித்திருப்பான். வீட்டிலுள்ள பொருட்களை தூக்கிப்போட்டு உடைத்திருப்பான். பெரிய ரகளை நடந்திருக்கும். கடைத் தெருவில் என்ன செய்ய முடியும்? ரோட்டின் இரண்டு பக்கமும் இருந்த கடைகளை பார்த்தவாறு நடந்தாலும் அவனுடைய மனம் நெருப்பாக எரிந்துகொண்டிருந்தது. எதைப் பார்த்தாலும் கோபம் குறை-வது மாதிரி தெரியவில்லை. மனம் வெறுத்துப் போய் சொன்-

னான் "ஏண்டா பொறந்தம்ன்னு இருக்கு."

செல்வத்திற்குத்தான் நடக்க முடியவில்லை. ஆனால் லீலாவதி கால்களை இழுத்துஇழுத்து வைத்து வேகமாக நடந்துகொண்டிருந்தாள். ரோடு, வண்டி, வாகனங்கள், ஆட்கள், வெயில், வியர்வை கசகசப்பு எதையும் அவள் பொருட்படுத்தவில்லை. வழி அவளுடைய கண்களில் இல்லை. மனதில் இருந்திருக்க வேண்டும். நடை அவ்வளவு வேகமாக இருந்தது. ஸ்கூட்டர்கள், பஸ், கார் என்று வரும்போதுகூட அவள் ஒதுங்கியோ, தயங்கியோ நடக்கவில்லை. செல்வத்திற்கு வியப்பாக இருந்தது. அவளை நடக்க வைக்கும் சக்தி எதுவென்று தெரியவில்லை.

அரசு பொது மருத்துவமனைக்கு அருகில் வந்ததும் லீலாவதி நின்றாள். செல்வமும் நின்றான். ஒருவருக்கொருவர் பார்த்துகொண்டனர். ஆனால் பேசிக்கொள்ளவில்லை. ஜென்ம விரோதிகள் பக்கத்தில் நிற்க நேரிட்டது மாதிரி இருவரும் நின்றுகொண்டிருந்தனர். செல்வம் வாயைத் திறக்காமல் நிற்பதை பார்த்த லீலாவதி "தடம் தெரியுமா?" என்று கேட்டாள்.

"கேக்கணும்" என்று சொல்லிவிட்டு பக்கத்திலிருந்த மருந்து கடைக்குச் சென்று விசாரித்துவிட்டு வந்து "அடுத்தத் தெருவுல கடசியில இருக்காம்." என்று வழிப்போக்கிக்கு சொல்வது மாதிரி சொன்னான்.

"எப்பிடி?"

"இப்பிடி."

செல்வம் கையைக்காட்டிய பக்கம் லீலாவதி நடக்க ஆரம்பித்தாள். பக்கத்தில் கூடவே நடந்துகொண்டிருந்தவன் ரகசியம் சொல்வது மாதிரி சொன்னான் "கோவப்படாத. இப்பவும் ஒண்ணுமில்ல. வீட்டுக்குத் திரும்பிப் போயிடலாம். மருமவக்கிட்ட கோவிச்சிக்கிட்டு யாராச்சும் அனாத இல்லத்துக்கு போவாங்களா? நீ அவகிட்ட எத்தினியோ முற சண்ட போட்டிருக்க, ஏன்னு ஒரு முற கேட்டிருப்பனா? ஒன்னெ வுட்டுட்டு நான் எப்பிடி சோறு திங்கிறது?" செல்வம் அழு-

தான்.

“எனக்கு யாரு மேலயும் கோவமில்ல. வருத்தமில்ல. வீட்டவிட்டு வந்துட்டப் பின்னால திரும்பி எந்த முகத்தோட போறது?”

“அது ஒன்னோட வீடும்மா.”

“தப்பு. என்னோட வீடு இல்ல. ஓம் பொண்டாட்டியோட வீடு. ஒன்னோட வீடு. ஒன் மாமியா வீட்டு சனங்களோ-டது.”

“எதுக்குப் பிரிச்சிபிரிச்சிப் பேசுற? அவதான் வேத்தாளு. நானுமா?” செல்வத்தின் கண்களில் கண்ணீர் திரண்டு நின்-றது.

“யாரும் யாருகிட்டயும் பேசாத வீட்டுல எப்பிடி இருக்-கிறது? ஆளுங்க இல்லாதப்பக்கூட அந்த வீடு எங்கிட்ட பேசிக்கிட்டு இருந்துச்சி. இப்ப அந்த வீடு எங்கிட்ட பேசல. அதனாலதான் வெளிய வந்தன். அந்த வீட்டுக்கு இப்ப யார்யாரோ வர்றாங்க. யாராரோ போறாங்க.”

“என்னம்மா சொல்ற? புரியல. கலாமணி தப்பு செய்யு-றாளா? கெட்ட நடத்த உள்ளவளா?”

“நான் அப்பிடி சொல்ல.” நடப்பதை நிறுத்திவிட்டு செல்-வத்தை விநோதமாகப் பார்த்தாள். அவளுடைய கண்களில் கண்ணீர் வந்தது.

“நான் என்னா தப்பு செஞ்சன்? எம் புள்ளைங்க என்னா தப்பு செஞ்சிச்சி? அதுகளகூட பாக்காம வர்ற? மாமியா-மருமவ சண்ட ஒலகத்தில எல்லா வீட்டுலயும் நடக்கு-றதுதான? புதுசாவா நடக்குது? இல்லெ நம்ப வீட்டுல மட்டும்தான் நடக்குதா? வயசாயிடிச்சி. நீ கொஞ்சம் அனு-சரிச்சிப்போனா என்ன?”

“நான் எத அனுசரிப்பன்?” லீலாவதியின் கண்களில் நெருப்பு பறந்தது. செல்வத்தை எரித்துவிடுவது மாதிரி பார்த்-தாள். பல்லைக்கடித்தப்படி “நான் அனுசரிச்சிப் போவன், ஓம் பொண்டாட்டி ஊர் சுத்தப் போவாளா? பேரு வச்சியி-ருக்கான் பாரு கலாமணின்னு திருட்டு மணின்னு வைக்காம.

எல்லாத்துக்கும் அவள பெத்தவன சொல்லணும்.'' சத்தமாகக் கேட்டாள்.

"என்னம்மா சொல்ற?'' பரிதாபமாகக் கேட்டான்.

"வாயக் கிண்டாத. எம் போக்குல என்னெ வுட்டுடு. அதான் ஒனக்கும், ஒம் புள்ளைங்களுக்கும் நல்லது.''

"என்னெப் புடிக்கல சரி. எம் பொண்டாட்டிய புடிக்கல. எம் பொண்டாட்டி வீட்டு சனங்கள புடிக்கல சரி. பேரப் புள்ளைங்களகூட நீ நெனைக்கலியா?''

"அந்த ரெண்டு சனியனுங்களாலத்தான் இத்தினி வருசமா நான் அந்த வீட்டுல குந்தியிருந்தன்.''

"இப்பியும் அதுங்களுக்காக இருந்திட்டுப் போயன்.''

"இனிமே அந்த வீட்டுல நான் இருக்க மாட்டன். பொட்டச்சிக்கு எதுக்கு தனியா செல்போனு? ஒரு பொட்டச்சி போனுல எம்மாம் நேரம் பேசலாம் ஒரு நாளக்கி?'' நடக்க ஆரம்பித்தாள் லீலாவதி.

"எம் பொண்டாட்டி தப்பு செய்யுறாளா? நீ சந்தேகப்படுறியா? அவ வீட்டு சனங்க வரும், போவும். பணம் கொடுப்பா. அத சொல்றியா? தப்பு செய்யுறான்னு சொல்லு அவள வெட்டிச் சாய்க்கிறன்.''

"பணம் காசா எனக்கு பெருசு?'' நின்று திரும்பிப் பார்த்துக்கேட்டாள் லீலாவதி.

"அப்பறம் ஒனக்கு என்னாதான் பிரச்சன?'' வழியை மறித்துக்கொண்டு கேட்டான் செல்வம்.

"தெருவுல என்னா செய்யுற நீ?''

"காரணத்த சொல்லு.''

"எனக்கு ஒரு பிரச்சனயுமில்ல.''

"இதான் ஒன்னோட முடிவா?''

லீலாவதி கொஞ்சம்கூட தயங்கவில்லை. யோசிக்கவில்லை. ஒரே வெட்டாக வெட்டினாள் "ஆமாம்.''

செல்வத்தின் கைகளை விலக்கிக்கொண்டு நடக்க ஆரம்பித்தாள்.

“அப்பாவ ஆட்டிப் படச்ச மாதிரியே என்னெயும்தான் ஆட்டிப்படச்ச. சாதாரணமாவே நீ அதிகமா பேசுவ. இந்த ஒரு வாரமா அளவு கடந்து பேசுற.”

நடப்பதை நிறுத்திவிட்டு கேட்டாள் “ஒன்னெயும் ஒங்கப்பனையும் நான் ஆட்டிப்படச்சனா?” லீலாவதியின் கண்களில் கண்ணீர். முதன்முதலாக வாய்விட்டு அழுதாள்.

“‘கட்டுன பொண்டாட்டியவிட, முப்பது நாப்பது வருசம் ஆக்கிப்போட்டவளவிட, சூத்து துணிய அலசி கொடுத்தவளவிட, கூடப்படுத்து எழுந்திருச்சவளவிட — மூத்திரம் வுடுற நேரத்தில பெத்த புள்ளை நீ. ஒனக்காகத்தான ஒங்கப்பன் தூக்குல தொங்கி செத்துப்போனான்?” கோபத்தில் கத்தினாள். அவளுடைய உடம்பு நடுங்கியது. அவளுடைய கைகள் கைக்குச்சியை அழுத்திப்பிடித்தன. அவளுடைய அழுகையும், பேச்சும் செல்வத்தை நிலைகுலைய வைத்துவிட்டது. அவளை சமாதானப்படுத்துவது மாதிரி சொன்னான் “ நான் ஒண்ண நெனச்சிக்கிட்டு சொல்றன். அத நீ வேற ஒண்ணா நெனச்சிக்கிற. எத சொன்னாலும் தப்புத்தப்பாப் போயிடுது.” அவனுடைய கண்களில் கண்ணீர். “ரெண்டு பொம்பளைங்ககிட்ட நான் மாட்டிக்கிட்டுப் படுறபாடு இருக்கே, மருந்த குடிச்சிட்டு செத்துடலாம். எல்லாம் என் தல எழுத்து” தலையில் அடித்துக்கொண்டான்.

“நில்லும்மா பேசிட்டு போவலாம்.” செல்வத்தினுடைய பேச்சை லீலாவதி கேட்கவில்லை.

வள்ளலார் அனாதைகள் இல்லத்திற்கு முன்வந்து நின்றாள் லீலாவதி. கட்டிடத்தைப் பார்த்தாள். பெரிய வீடாக தெரிந்தது. கட்டிடத்தின் வாசலைப்பார்த்தாள். கல்யாண மண்டபத்தின் வாசல் மாதிரி பெரியதாக இருந்தது. உடனே உள்ளே போகலாமா, யாரையாவது பார்த்து விசாரித்துவிட்டு போகலாமா என்று யோசித்தாள். பக்கத்திலிருந்த வேப்ப மரத்தின் நிழலுக்கு வந்து நின்றுகொண்டு, கட்டிடத்திற்குள் இருந்து ஆட்கள் யாரும் வெளியே வருகிறார்களா என்று பார்த்தாள். அறிமுகம் இல்லாத பெண்ணுக்குப் பக்கத்தில்

நின்றுகொண்டிருப்பது மாதிரி செல்வம் அவள் பக்கத்தில் நின்றுகொண்டிருந்தான். லீலாவதி அவனைப் பார்ப்பதைத் தவிர்த்தாள்.

அனாதைகள் இல்ல கட்டிடத்திற்குள் இருந்து பத்து வயது மதிக்கத்தக்க ஒரு பெண் பிள்ளை வெளியே வந்ததைப் பார்த்ததும் "யே, பாப்பா இங்க வா." என்று லீலாவதி கூப்பிட்டாள்.

"என்னா?"

"இங்க வாம்மா."

"என்னா?" என்று கேட்டுக்கொண்டே அந்தப் பிள்ளை லீலாவதியின் முன் வந்து நின்றது.

"நீ இங்க உள்ள புள்ளையா?"

"ஆமாம்."

"இங்க சேர முடியுமா? சேத்துப்பாங்களா?"

"தெரியல."

"இங்க சேரணுமின்னா யாரப் பாக்கணும்?"

"அண்ணன."

"எந்த அண்ணன்?"

"இளயராஜா அண்ணன."

"யாரு அவுரு."

"ஓனரு."

"இருக்காரா?"

"ம்."

"என்னெ அழச்சிக்கிட்டுப்போயி வுடுறியா தாயி?"

"நான் கடைக்கி போவணும்." என்று சொல்லிவிட்டு அந்தப் பிள்ளை லீலாவதியைத் திரும்பதிரும்பப் பார்த்துக்கொண்டே நடக்க ஆரம்பித்தது.

லீலாவதிக்கு திடீரென்று பயம் உண்டானது. உள்ளே இருக்கக்கூடிய ஆள் எப்படி இருப்பார்? தன்னை சேர்த்துக்கொள்வாரா? சேர்த்துக் கொள்ளவில்லை என்றால் என்ன செய்வது? காரணமின்றி தெற்கிலும் வடக்கிலும் பார்த்தாள். கிழக்கிலும் மேற்கிலும் பார்த்தாள் பிறகு செல்வத்தைப்

பார்த்தாள். அவன் "வள்ளலார் அனாதைகள் இல்லம்" என்று கட்டிடத்தின் மேல் எழுதியிருந்ததைப் படித்துக்- கொண்டிருப்பது தெரிந்தது.

"நீ போயி உள்ளாரப் பாத்துட்டு வரியா?"

"வாண்டாம்மா." செல்வத்தின் கண்களில் கண்ணீர் இருந்தது. அதை மறைப்பதற்காக முகத்தை வேறு பக்கம் திருப்பிக்கொண்டான்.

லீலாவதி கட்டிடத்திற்குள் நுழைந்தாள். முதலில் பெரிய ஹால் இருந்தது. ஹாலின் வடக்கு பக்கமாக ஒரு அறை இருந்தது. அறையை ஒட்டி சுவரில் பெரிதாக வள்ளலார் படம் இருந்தது. படத்துக்குக் கீழே குத்து விளக்கு ஒன்று எரிந்துகொண்டிருந்தது. அதிக சத்தமில்லாமல் 'அருட் பெருஞ்ஜோதி தனி பெரும் கருணை' என்ற பாட்டு கேசட்- டில் ஓடிக்கொண்டிருந்தது கேட்டது. ஹாலின் தென்பகுதியில ஆறு ஏழு வயதுள்ள இரண்டு பெண் பிள்ளைகளும் ஒரு பையனும் உட்கார்ந்து ஏதோ எழுதிக்கொண்டிருப்பது தெரிந்- தது. குச்சியை ஊன்றி நின்றுகொண்டிருந்த லீலாவதியைப் பார்த்ததும் அந்த பிள்ளைகளுக்கு என்ன தோன்றியதோ ஒன்றும் சொல்லாமல் மிரளமிரள பார்த்தன. அதில் பச்சை நிறப் பாவாடை கட்டியிருந்த பிள்ளை எழுந்து ஹாலின் வடக்குப் பக்கமாக இருந்த அறைக்குள் ஓடியது. லீலாவதி கூப்பிட்டதை அந்தப் பிள்ளை காதில் வாங்கவில்லை. சிறிது நேரத்தில் அந்த பிள்ளையும் நடுத்தர வயதுள்ள ஆளும் அறையிலிருந்து வெளியே வந்தனர். ஆளைப் பார்த்ததுமே அடையாளம் தெரிந்த மாதிரி லீலாவதி இளையராஜாவுக்கு வணக்கம் சொன்னாள்.

"யாரம்மா பாக்கணும்?"

"ஒங்களத்தான்."

"என்னையா?"

"ம்."

"என்னா விசயம்மா?"

"சும்மாத்தான்."

லீலாவதியின் தோற்றம், பேச்சு, பார்வை எல்லாமும் சேர்ந்து இங்கு அவள் ஏன் வந்திருக்கிறாள், ஏன் தன்னை பார்க்க வேண்டும் என்று சொல்கிறாள் என்பதெல்லாம் ஒரு நொடியிலேயே அவனுக்கு புரிந்துவிட்டது. ஆனாலும் தெரி-யாத மாதிரி கேட்டான் “என்னா வேணும்? சொல்லுங்-கம்மா.”

லீலாவதிக்கு பேச்சு வரவில்லை. வீட்டிலிருந்து கிளம்பி, கட்டிடத்திற்கு முன் வரும்வரை இருந்த தைரியத்தில் ஒரு துளிகூட இப்போது இல்லை. நாக்கிலிருந்த ஈரமெல்லாம் வறண்டு போய்விட்டது. அதோடு வாய் திறக்கவும் மறுக்-கிறது. வார்த்தை வரவில்லை. ஆனால் கண்ணீர் மட்டும் எந்த தடையும் இல்லாமல் வந்துகொண்டிருந்தது-

“என்னெ பாக்கணுமா? இல்லெ இங்க தங்கி இருக்கிற-வங்கள பாக்கணுமா?”

லீலாவதிக்கு என்ன சொல்வது, எப்படி சொல்வது என்று தெரியவில்லை. வீட்டிலும், வழியிலும் பேசிய பேச்சு, காட்-டிய வீராப்பு எல்லாம் இருந்த இடம் தெரியவில்லை. லீலா-வதி அழுதாள். அதை இளையராஜா பொருட்படுத்த-வில்லை. அவள் மாதிரியான பல பெண்களுடைய கண்-ணீரை பார்த்துப்பார்த்து சலித்துப் போயிருந்தவன் மாதிரி “என்னெ பாக்கத்தான் வந்தீங்களா?” என்று திரும்பவும் கேட்டான்.

“ஆமாம்.” என்பது மாதிரி லீலாவதி தலையை மட்டும் ஆட்டினாள்.

“நான் வெளிய போவணும். விசயத்த சொல்லுங்க.” அப்போது உள்ளே வந்த செல்வம் இளையராஜாவைப் பார்த்து “வணக்கம் சார்” என்று சொன்னான்.

“வணக்கம். வாங்க.”

“சார் இளையராஜாவா?”

“நான்தான்.”

“இந்த இல்லத்த நடத்துறவருதான?”

“ஆமாம்.”

“இது எங்கம்மா சார்” என்று லீலாவதியைக் காட்டினான் செல்வம்.

“அப்பிடியா?”

“ஒங்கக்கூட கொஞ்சம் பேசணும் சார்.”

“என்ன விசயம்?”

“சும்மாதான் சார்.” செல்வத்தின் குரல் தாழ்ந்துவிட்டது. இளையராஜாவைப் பார்ப்பதையும் தவிர்த்தான்.

“ஏதாச்சும் உதவி செய்யப்போறீங்களா? பொறந்த நாளா, கல்யாண நாளா, நினைவு நாளா?”

“அதெல்லாம் இல்ல சார்.”

“பின்னெ?”

“போன வாரம் இந்த அனாத இல்லத்தப் பத்தி லோக்கல் டி.வி.யில ஒரு செய்தி வந்துச்சி. அத பாத்ததிலிருந்து ‘நான் அங்க போயி சேந்துக்கிறன்’ன்னு சொல்லி எங்கம்மா அடம்புடிச்சிக்கிட்டு வந்துடுச்சி சார்” செல்வத்தினுடைய குரலில் அவ்வளவு வெறுப்பும் கசப்பும் இருந்தது.

“உதவி செய்யுறவங்க செய்யலாம்ன்னு விளம்பரம் கொடுத்திருந்தன். ஒரு உதவியும் வரல. நீங்கதான் வந்து இருக்கீங்க.” இளையராஜா சிரித்தான்.

“என்னால முடிஞ்சத நான் கொடுக்கிறன் சார்” செல்வம் உற்சாகத்துடன் சொன்னான்.

“அப்பிடி செஞ்சீங்கன்னா பெரிய உதவியா இருக்கும். ரொம்ப சிரமப்பட்டுத்தான் பதிமூணு வருசமா நடத்திக்கிட்டு வரன்.”

“பதிமூணு வருசமாவா?”

“ஆமாம்.”

செல்வம் பேசவில்லை. லீலாவதி பேசவில்லை. இளையராஜாவும் பேசாமல் ஹாலை பார்த்தவாறு நின்றுகொண்டிருந்தான். அப்போது சட்டென்று லீலாவதி இளையராஜாவின் காலில் விழுந்து கும்பிட்டாள். அதைப் பார்த்ததும் செல்வத்திற்கு உயிரே நின்றுவிடும் போலிருந்தது. கோபத்தில் அவனுக்கு உடம்பு நடுங்க ஆரம்பித்தது. ஆனால் இளை-

யராஜா சாதாரணமாக “எழுந்திரும்மா” என்று மட்டுமே சொன்னான். என்ன தோன்றியதோ செல்வத்தையும் லீலா-வதியையும் மாறிமாறி பார்த்தான். பிறகு “உள்ளார வாங்க” என்று சொல்லிவிட்டு தன்னுடைய அலுவலக அறைக்குள் போனான். அவனுக்குப் பின்னால் லீலாவதியும், செல்வமும் போனார்கள். இளையராஜா உட்கார்ந்திருந்த நாற்காலிக்கு எதிரிலிருந்த மரப் பெஞ்சில் இருவரும் உட்கார்ந்தனர். இளையராஜா பேசவில்லை. செல்வம் பேசவில்லை. லீலாவ-திதான் பேசினாள் “என்னெ அனாதயா சேத்துக்குங்க. புண்-ணியமா இருக்கும்.” கையெடுத்துக் கும்பிட்டாள்.

“எதுக்காக நெனச்சதுக்கெல்லாம் அழுவுறீங்க? கும்புடு-றீங்க?” என்று லேசான கோபத்துடன் கேட்டான். பிறகு குரலை மாற்றிக்கொண்டு “இது அனாதைங்களுக்காக நடத்-துறது. ஒங்களுக்குத்தான் மகன் இருக்காரில்ல?” என்று சொல்லி லேசாக சிரித்தான்.

“எல்லாம் இருக்கு. ஆனா எதுவும் இல்லெ.” லீலாவதி-யின் குரலில் அவ்வளவு கசப்பு இருந்தது. கண்களில் கண்-ணீர் இருந்தது.

“நான் சொல்றத புரிஞ்சிக்குங்க. சொத்துபத்து உள்ள-வங்கள, புள்ளைங்க உள்ளவங்கள சேத்துக்க ஆரம்பிச்சா எல்லாரும் இந்தத் தப்ப செய்ய ஆரம்பிச்சிடுவாங்க. அந்த அளவுக்கு நடத்துறதுக்கு எங்கிட்ட வசதியும் இல்ல” இளை-யராஜா சிரித்தான்.

“எனக்கு வீடு இல்ல. புருசன் இல்லெ.”

“என்னாச்சி?”

“செத்து எட்டு வருசமாச்சி. அப்பவே செத்திருக்கணும். வயசாயி உயிரோட இருக்கக் கூடாது. அதிலயும் இடுப்பு ஒடிஞ்சிப்போயி.” லீலாவதியின் கண்களில் கண்ணீர்.

“இடுப்புல என்னா? சரியா நடக்க முடியாதா?”

“கஷ்டப்பட்டுத்தான் நடக்கணும். பஸ்ஸில ஏறும்போது படிக்கட்டுலயிருந்து சறுக்கிவுட்டு விழுந்து இடுப்புல எலும்பு முறிஞ்சிப்போச்சி. கோரிமேடு ஆஸ்பத்திரியில ஆறு மாசம்

கெடந்தன். வயசாயிடிச்சி. ஆப்பரேசன் செய்ய முடியாது. முடிஞ்சவரைக்கும் குச்ச வச்சிக்கிட்டு கால ஜீவனத்த ஓட்டுங்கன்னு அனுப்பிட்டாங்க'' லீலாவதி தலையைக் கவிழ்த்துக்கொண்டாள். அழுகையில் அவளுக்கு உடம்பு குலுங்கியது.

பேச்சை மாற்றுவதற்காக ''சார் என்னா செய்யுறீங்க?'' என்று செல்வத்திடம் இளையராஜா கேட்டான்.

''அரசாங்க ஸ்கூல்ல க்ளர்க்கா இருக்கன்.''

''பரவாயில்ல. ஏம்மா, ஒங்க மகன் அரசாங்க வேலயில இருக்காரு. அனாதைன்னு சேக்கச் சொல்றீங்க? இந்த மாதிரி எடத்துக்கெல்லாம் நீங்க வரக் கூடாது.''

''மனசு செத்துப் போச்சி.''

''என்னம்மா சொல்றீங்க?'' ஆச்சரியத்துடன் கேட்டான் இளையராஜா.

''எப்படியாச்சும் என்னெ இங்க சேத்துக்குங்க. ஒங்களுக்கும் புண்ணியம் ஒங்களப் பெத்தவங்களுக்குப் புண்ணியம்.'' லீலாவதி அழுதாள். கையெடுத்துக் கும்பிட்டாள்.

''சேத்துக்கிறது பிரச்சன இல்லெ. ஒங்கள மாதிரி செல பேரு வீட்டுல சண்ட போட்டுக்கிட்டு வருவாங்க. ஒரு வாரம் போனதும் கோவம் கொறஞ்சிடும். அப்பறம் வீட்டுக்குப் போவனும்ன்னு அடம்புடிப்பாங்க. பதிமூணு வருசமா நான் பாக்காத கதயா. பேசாம வீட்டுக்குப் போங்க'' சிரித்துக்கொண்டே சொன்னான்.

''ரவரவ புள்ளைங்கெல்லாம் தூக்குல தொங்கி சாவுதுங்க. எளம் புள்ளைங்க எல்லாம் ரெண்டு மூணு புள்ளைங்கள வுட்டுட்டு தீக்குளிச்சி சாவுதுங்க. மாமியா சண்ட போட்டா, புருசன் சண்ட போட்டான்னு எம்மாம் பேரு செத்துப்போறாங்க? பரீட்சயில பெயில்ன்னுக்கூட புள்ளைங்க செத்துப்போவுதுங்க. ரவரவ புள்ளைங்களுக்கு இருக்கிற மனசு எனக்கு இல்லெ. ஒலகத்த வெறுக்கத் தெரியல. அந்த மனசு இல்லாததால எம்மாம் அசிங்கம்?''

“என்னம்மா சொல்றீங்க?” ஆச்சரியமாகக் கேட்டான் இளையராஜா.

“வாழப் புடிக்கல. சாகவும் முடியல.”

திடீரென்று நினைவுக்கு வந்த மாதிரி “எப்ப சாப்புட்டீங்க?” என்று கேட்டான். லீலாவதி பதில் சொல்லவில்லை. செல்வம்தான் சொன்னான்.. “எட்டு நாளாச்சி.”

“ஐயோ கடவுளே” என்று பதறிப்போன இளையராஜா லீலாவதியிடம் “சாப்புடுறீங்களா?” என்று கேட்டான். பிறகு யாரிடமும் என்றில்லாமல் பொதுவாக சொன்னான் “சோறுதான் உலகம். அது இல்லன்னா எப்பிடி?”

“என்னெ சேத்துக்குங்க சாமி. சாப்பாடு வாண்டாம்.”

“நீங்க அனாதைன்னு சொன்னா ஒரு கேள்வியும் இல்லம்மா. ஒடனே சேத்துக்குவன். வீட்டுல சண்டயா?” என்று நிதானமாகக் கேட்டான் இளையராஜா.

“அதெல்லாமில்ல.”

லீலாவதியின் முகம் கோணியதைப் பார்த்த இளையராஜா செல்வத்தின் பக்கம் திரும்பி “சொந்த மகனா?” என்று கேட்டான்.

“ஆமாம்.”

“எத்தன பேரு?”

“நான் ஒருத்தன்தான்.”

இளையராஜா சிறிதுநேரம் ஒன்றுமே பேசாமல் இருந்தான். சிறிதுநேரம் செல்வத்தையும் லீலாவதியையும் ஆராய்வது மாதிரி பார்த்துக்கொண்டிருந்தான். ரொம்பவும் சலிப்பான குரலில் “ஒங்கம்மா ரொம்ப மனக் கொழப்பத்தில இருக்காங்க. வீட்டுக்கு அழைச்சிக்கிட்டுப் போங்க. ஒரு வாரம் ஆனா எல்லாம் சரியாப்போயிடும்” என்று சொன்னான்.

“வேண்டாம் சாமி.” என்று குரல்விட்டு அழுதுகொண்டே கையெடுத்துக் கும்பிட்டாள் லீலாவதி. அதைப் பார்த்த செல்வத்துக்கு எழுந்து ஓடிவிட வேண்டும்போல இருந்தது. கோபத்தில் அவனையும் அறியாமல் கத்தினான் —

“கொஞ்ச நேரம் பேசாம இருக்கியா?”

“சாவப்போற கிழவிக்கு எதுக்கு வாய்?”

வெறுப்புடன் லீலாவதியைப் பார்த்தான் செல்வம். பல்லைக் கடித்தான். தலையில் அடித்துக்கொண்டான். வேகமாக சொன்னான் “அது இஷ்டப்படியே இருக்கட்டும் சார். மாசா மாசம் நீங்க சொல்ற பணத்த நான் கொடுத்திடுறன்.”

“பணத்துக்காக இத நான் நடத்தல.” வெட்டிவிட்டான் இளையராஜா.

“பணத்துக்காக நடத்துறீங்கன்னு நான் சொல்லல சார்” என்று சொன்ன செல்வத்தின் குரல் உடைந்துபோயிற்று. சிறிதுநேரம் பேசாமல் இருந்தான். என்ன தோன்றியதோ “நான் யார் பேச்ச கேக்குறது? எங்கம்மா பேச்சக் கேட்டா ‘ஒங்கம்மா பேச்சயே கேளு’ன்னு எம் பொண்டாட்டி சொல்றா. எம் பொண்டாட்டி பேச்சக் கேட்டா ‘ஒம் பொண்டாட்டி பேச்சயே கேளு’ன்னு எங்கம்மா சொல்லுது. ஒரு வருசமாவே எங்கம்மாவுக்கும் எம் பொண்டாட்டிக்கும் இடையில என்னாமோ நடக்குது. அத என்னான்னு என்னால கண்டுபிடிக்க முடியல. எனக்கு பைத்தியம் புடிச்சிடும்போல இருக்கு” என்று சொல்லும்போதே அவனுக்கு கண்களில் கண்ணீர் வந்துவிட்டது. மூக்கை உறிஞ்சிக்கொண்டு சொன்னான் “கருண அடிப்படயில வேலைக்கிப்போனதால ஒரு பயலும் மதிக்க மாட்டங்குறான். எல்லா வேலயும் என் தலயிலயே கட்டிடுறானுவ. அறுபது பேரு வேல செய்யுற ஸ்கூலு. ஒரு நிமிசம் நிக்க நேரமில்ல. சனி ஞாயிறுலயும் வேலதான். சம்பளம் போடுறது, சரண்டர் போடுறது, ஜி.பி.எப். போடுறது, சி.எல்.போடுறது, மெடிக்கல் லீவ் போடுறதுன்னு ஒரே வேல. வாத்தியாருங்க பாடம் நடத்தறாங்களோ இல்லயோ எந்த பேங்குல என்னா லோனு தரான்னு தெரிஞ்சிகிட்டு விதவிதமா லோன் போட்டுகிட்டே இருப்பாங்க. அதுக்கும் நாந்தான் தபால் எழுதணும். எல்லாத்துக்கும்மேல தெனம் ஒரு புள்ளி விவரம் கேக்குறான் கவர்மண்டுல. எல்லாத்துக்கும் ஒரே க்ளர்க்கு என்னா பண்-

ணுவான்? கம்ப்யூட்டர் டைப்பிங் தெரியாது. அதனால எல்லாத்துக்கும் வெளியவெளிய ஓடுறன். வேல பாப்பனா? குடும்பச் சண்டயப் பாப்பனா சார்?'' செல்வம் லேசாக அழுதான்.

சிறிதுநேரம் யாருமே பேசவில்லை. செல்வம் அழுதபோது லீலாவதியின் கண்களும் லேசாகக் கலங்கியதைப் பார்த்தான் இளையராஜா. ஆனால் எதுவும் சொல்லாமல் உட்கார்ந்திருந்தான். அப்போது ஐந்து ஆறு வயது உள்ள ஒரு பையன் "அண்ணா'' என்று சொல்லிக் கத்திக்கொண்டே உள்ளே ஓடிவந்தான். உடனே அந்தப் பையனை தூக்கி மடியில் வைத்துக்கொண்டே இளையராஜா "என்னடா கண்ணா? ஒனக்கு என்னா வேணும்? சொல்லு செல்லம்'' என்று கேட்டு கொஞ்ச ஆரம்பித்தான். சிறிதுநேரம் கழித்து பையனைத் தரையில் இறக்கிவிட்டு "ஓடு. போய் விளையாடு தங்கம்.'' என்று சொல்லி பையனைத் துரத்திவிட்டான். பிறகு அவனாகவே "பொறந்து பத்து மணி நேரம்தான் இருக்கும். ஆஸ்பத்திரிக்குப் பின்னால யாரோ போட்டுட்டுப் போயிட்டாங்க. நாந்தான் தூக்கியாந்து வளக்கிறன். இன்னிக்கு ஞாயித்துக் கிழமங்கிறதாலதான் எல்லாம் இங்க இருக்கு. மத்த நாளா இருந்தா ஸ்கூலுக்குப் போயிருக்குங்க.''

"படிக்கவும் வைக்கிறீங்களா?''

"ஆமாம். ஆனா எல்லாத்தயும் அரசாங்க ஸ்கூல்லத்தான் படிக்க வச்சியிருக்கன். வேற வழியில்லங்கிறது ஒண்ணு, தனியார்ப்பள்ளிக்கூடத்த ஊடகப்படுத்தக் கூடாதுங்குறது ஒண்ணு.'' சிரிக்க முயன்றான் இளையராஜா. ஆனால் சிரிப்பு வரவில்லை.

"ஆச்சர்யம் சார்.'' செல்வமும் இளையராஜாவும் பேசிக்கொண்டதை கவனிக்காத லீலாவதி.

"கடவுளே'' என்று சொன்னாள். "பெத்த புள்ளைய தெருவுல போட்டுட்டு போறதுக்கு என்னா மனசு? கல்லு மனசுதான். வேணாங்கற புள்ளைய எதுக்கு பெக்கறாங்க?

ஜனங்களுக்கு புத்தி எப்புடியெல்லாம் போவுது. ஓலகத்தில பொட்டச்சின்னு, தாயின்னு யாரதான் சொல்லுறது?''

''ஏன் சார் மொட்டப் போட்டிருக்கு. ஹாலிலிருந்த புள்ளைங்களுக்கும் மொட்டப் போட்டிருந்துச்சி'' தயக்கத்துடன் கேட்டான் செல்வம்.

''தானா குளிக்க முடியாத புள்ளைங்களுக்கு மொட்டப் போட்டிடுவம். குளிக்க வைக்கிறது சுலபம். அப்பறம் பேன் புடிக்காது. சளி புடிக்காது. முடி வெட்டுற தொல்லையும் இருக்காது. இங்க இருக்கிற வயசானவங்கதான் இவுங்கள பாத்துக்கிறாங்க.'' லேசாக சிரித்தான் இளையராஜா. திடீரென்று நினைவுக்கு வந்த மாதிரி லீலாவதியிடம் சொல்லுங்கம்மா'' என்று கேட்டான்.

''என்னெ இங்க இருக்க வுடுங்க. மொட்டப் போட்ட புள்ளைய பாத்ததும் மனசு செத்துப்போச்சி. வீட்டுல இருந்தாலும் நான் தனியாத்தான் இருக்கணும். மவன், மருமவக்கூட இருந்தாலும் தனியா ஆளில்லாத வீட்டுல இருக்கிற மாதிரிதான். யாரும் யார்கிட்டயும் பேசாத வீட்டுல எப்பிடி இருக்கிறது? மனசு தீஞ்சிப்போச்சி. எம் புருசன் இருந்தா எதுக்கு இங்க வரப்போறன்? சண்டாளன் எதுக்குத்தான் தூக்குப்போட்டுக்கிட்டு செத்தானோ?'' லீலாவதி அழுதாள்.

''ஒடம்புக்கு முடியாம சாகலியா?''

''இல்லெ.''

''பின்னெ எப்பிடி செத்தாரு?''

செல்வம் பேசவில்லை. லீலாவதியும் பேசவில்லை. இருவருமே தலையைக் கவிழ்த்துக்கொண்டு உட்கார்ந்திருந்தனர்.

''பெரிய நோவு வந்து, வலி தாங்காம முடியாம தூக்கில தொங்கிட்டாரா?''

செல்வம் வாய் அடைத்துப்போய் உட்கார்ந்திருந்தான்.

''சொல்ல வேணாமின்னா விடுங்க. இப்ப ஒரு ஆளு உசுரோட இல்ல. அவ்வளவுதான்.'' சலிப்புடன் சொன்னான் இளையராஜா.

''என்னெ சேத்துக்கிறதா இருந்தா சொல்றன்.''

“என்னம்மா கண்டிசன் எல்லாம் போடுற?” என்று கேட்ட இளையராஜா வாய்விட்டு சிரித்தான். “சேத்துக்கிறன். சொல்லுங்க” மீண்டும் சிரித்தான்.

செல்வத்தைப் பார்த்தாள். அவன் அறையில் தொங்க விடப்பட்டிருந்த போட்டோக்களைப் பார்த்துக்கொண்டிருந்-தான்.

“எங்க வீட்டுக்காரரு அரசாங்கப் பள்ளிக்கூடத்தில ஓ.ஏ.வா.இருந்தாரு. எங்க பையன நல்லாத்தான் படிக்க வச்சாரு. என்னா தல எழுத்தோ இவன் மண்டயில படிப்பு ஏறல. காலேஜ் போயி படிச்சதோட நின்னுட்டான். வருசம் பூராவும் பரீட்ச பரீட்சயா எழுதினான். ஒண்ணுத்திலயும் பாசாவல. சொத்துப் பத்து ஒண்ணும் இல்லெ. வீடும் இல்லெ. வேல ஒண்ணுதான். அத வச்சித்தான் சோறு. காட்டுல கெடந்த நம்பளே அரசாங்க வேலைக்கி வந்துட்டம். டவுனுலியே இருந்த நம்ப புள்ளை இப்பிடி இருக்குதே, வயசும் ஏறிக்கிட்டே போவுதேன்னு அந்த ஆளுக்கு மனசுல கவல. பையனுக்கு கல்யாண வயசும் தாண்டிப் போச்சின்னு இன்னொரு கவல. மனசுல என்னா எண்ணம் வந்துச்சோ. ரிட்டயர் ஆவறதுக்கு மின்னால தூக்குலத் தொங்கிட்டாரு.” வாயில் துணியை வைத்து அடைத்தும் லீலாவதிக்கு அழு-கையை கட்டுப்படுத்த முடியவில்லை. வாயை அடைக்க முடிந்தது. அவளால் கண்ணீரை அடக்க முடியவில்லை. உடம்பு நடுங்கியது. தலையைக் கவிழ்த்துக்கொண்டாள். சிறிது நேரம் கழித்து இளையராஜா கேட்டான் “சாவும்போது அவருக்கு வயசு என்னா?”

“அம்பத்தி ஓம்பதர.”

“எல்லாருக்கும் அம்பத்தி எட்டுலதான ரிட்டயர்மண்டு?”

“ஓ.ஏ., வாட்ச்மேனுக்கெல்லாம் அறுவது.” செல்வம் சொன்னான்.

“அப்பிடியா? எனக்குத் தெரியாது. கவர்மண்டு வேலயில இருந்த மனுசன் எதுக்கு தூக்குல தொங்குனாரு?”

செல்வம் பதில் சொல்லவில்லை.

“தம் மவனுக்கு அரசாங்க வேல கெடைக்கணுமின்னு தூக்கில தொங்கிட்டாரு.”

“என்னம்மா சொல்ற?” இளையராஜா வாய் அடைத்துப் போய்விட்டான்.

“வேலயில இருக்கும்போது செத்தா தம் புள்ளைக்கி கருண அடிப்படயில வாரிசு வேல கெடைக்கட்டும்ன்னுதான் தொங்கிட்டாரு.” லீலாவதி இப்போது அழவில்லை. அவளுடைய கண்கள் கலங்கவில்லை.

“புதுசாவும் இருக்கு. அதிசயமாவும் இருக்கு. ஒலகத்தில பெத்தப் புள்ளையை ரோட்டுல போட்டுட்டுப்போறாங்க. தூக்கில தொங்கி செத்துப்போறாங்க. எத நம்பறது? அரசாங்கம் தொட்டில் குழந்தை திட்டம்ன்னு தொடங்கி நடத்துற அளவுக்கு தெனம் ஒன்னுரெண்டு புள்ளைய ரோட்டுல, குப்ப தொட்டியிலன்னு போட்டுட்டு போறாங்க. அதே மாதிரி வயசானவங்க தெனம் ஒருத்தராவது ரோட்டுக்கு வந்துடுறாங்க.” என்று சொன்ன இளையராஜா “வேல கெடச்சிதா?” என்று கேட்டான்.

லீலாவதி பதில் சொல்லவில்லை.

“மூணு வருசம் கழிச்சி கெடச்சிது.” வேண்டா வெறுப்பாக செல்வம் சொன்னான்.

“பரவாயில்ல.”

“மூணு வருசம் அலயாத அலச்சல் இல்ல. நடக்காத நட இல்லெ. ஏறி இறங்காத ஆபீஸ் இல்ல. பணமும் செலவாச்சி.” செல்வம் சலித்துக்கொண்டான்.

“சரி. இதுக்காகத்தான் செத்தாருன்னு தெரிஞ்சா வேலய கொடுத்திருக்க மாட்டாங்களே?”

“சீட்டு கெடச்சதுமே அடுப்புல போட்டுட்டன். இன்னிக்கித்தான் அதெப் பத்தி முதமுதலா வாயத் தொறக்கிறன் எட்டு வருசம் கழிச்சி.” லீலாவதி அழுதாள்.

“சீட்டுல என்னதான் எழுதியிருந்தாரு?”

“அறுவது வயசு கிழவன் நானு. இனிமே உசுரோட இருந்து என்னா செய்யப்போறன்? நான் செத்தா எம் புள்-

ளைக்கி கருண அடிப்படயில வாரிசு வேலயாவது கெடைக்-கும். அத வச்சி அவனுக்கு ஒருத்தன் பொண்ணு தருவான். இதென்ன அந்தக்காலமா? ஆள நம்பி பொண்ணு தர? வேலய நம்பி, பணத்த நம்பி பொண்ணு தர காலமா இருக்கு. அவன் ஒருத்தனுக்காகத்தான் உசுர வச்சியிருந்-தன். அவனுக்காகவே போவட்டும். எம் மனசுல கொற ஒண்ணும் இல்லெ. எப்பிடியாவது அலஞ்சி திரிஞ்சி எம் புள்ளைக்கு ஒரு வேலய வாங்கு. ஒரு பொண்ணப் பாத்து முடிச்சி வை. நான் செத்த விசயம் யாருக்கும் தெரியக் கூடாது'ன்னு எழுதியிருந்தாரு."

லீலாவதி அழுகையை அடக்கிக்கொண்டு உட்காந்திருந்-தாள். அதுவரை அமைதியாக இருந்த செல்வம் கோபம் வந்த மாதிரி "எம் புருசன் செத்ததாலதான் ஒனக்கு வேல வந்துச்சின்னு தெனம்தெனம் சொல்லிக்காட்டுனா மனுசன் எப்பிடி சார் உசுரோட இருக்க முடியும்?" என்று சொன்-னான். அவனுக்கு கண்கள் கலங்கிவிட்டன.

"நீயும் ஒம் பொண்டாட்டியும் சும்மா இருக்கும்போது நானாவா வந்து அந்த பேச்ச எடுக்கிறன்?" எரித்து விடுவது மாதிரி செல்வத்தைப் பார்த்தாள் லீலாவதி.

"நான்தான் ஒன்னோட மவன். நீ சொல்றத பொறுத்துக்-குவன். என்ன இருந்தாலும் எம் பொண்டாட்டி வேத்தாளு-தான? அவ எப்பிடி ஒம் பேச்ச பொறுத்துக்குவா?"

"அப்பிடியா?" என்று ஒரு தினுசாகக் கேட்ட லீலாவ-திக்கு கோபம் வந்துவிட்டது. "எம் புருசனோட ஒழைப்ப அவளும்தான திங்குறா? அத நெனச்சிப் பாக்க வாண்-டாமா? அம்மாவாச விரதம் இருந்து இருக்கீங்களா? மாசி மகத்தில அந்தாளு பேருல ஒரு பாப்பான்கிட்ட ஒரு படி பச்சரிசியும் ஒரு வாழக்காயும், ஒரு புடி அவித்திக் கீரையும் ஒரு தடவயாவது கொடுத்திருக்கீங்களா? எல்லாத்துக்கும் நான்தான் போவணுமா? இதெ நான் கேட்டா, சண்டக்காரி. மருமவள வாழவிடாதவ? அப்பிடித்தான? புருசன் பொண்-டாட்டி சிரிச்சி பேசிக்கிட்டிருந்தா எங்கம்மாவுக்கு புடிக்கா-

துன்னு நீயே சொல்லுவ''

''கத்தாதம்மா. ஒனக்கு விசயம் புரியல. ஒலகத்தில இருக்கிற எல்லா அப்பா அம்மாவும் தான் பெத்த புள்ளைங்களுக்காகத்தான் உசுரு வாழுறாங்க. சம்பாதிக்கிறாங்க. ஆனா நீங்க ரெண்டு பேரு மட்டும்தான் அதிசயமா எனக்காக வாழ்ந்த மாதிரியும், வளத்த மாதிரியும் பேசுறீங்க.''

லீலாவதிக்கு எங்கிருந்துதான் அவ்வளவு கோபம் வந்ததோ. ''நானும் எம் புருசனும் அதிசயமில்லதான். நீயும் ஒம் பொண்டாட்டியும்தான் அதிசயம். ஒன் மாமியா வீட்டு சனங்களும் அதிசயம்தான்.''

''எதுக்கும்மா கத்துற?''

''நான் கத்தல. இனி நான் ஒன்னோட வீட்டுக்கு வல்லெ. என்ன உட்டுடு. ஆனா ஒண்ணு, ஒம் பொண்டாட்டிய மட்டும் பத்தரமா வச்சிக்க. மானம் போனா உசுரோட இருக்கக் கூடாது.''

''நீ என்னா சொல்ற?'' என்று செல்வம் திரும்பத்திரும்பக் கேட்டான்.

வேறு வழியின்றி சமாளிப்பதற்காக லீலாவதி சொன்னாள் ''மனபேதலிப்புல ஏதோ சொல்லிட்டன். வாய் தவறிடிச்சி. விடு பேச்ச.''

செல்வத்தின் முகம் தொங்கிப் போனதைப் பார்த்த லீலாவதி பேச்சை மாற்ற நினைத்தாள். ''ஒம் புள்ளைக்கி ஒடம்பு சரியில்லன்னா எப்பிடி தூக்கிக்கிட்டு ஓடுறீங்க? நான் எத்தன நாளு படுத்த இடத்தவுட்டு எழுந்திருக்காம கெடந்தாலும் 'என்னா ஏது'ன்னு கேக்குறீங்களா?''

''நான் ஒன்ன பாக்கலியா?'' பரிதாபமாகக் கேட்டான் செல்வம்.

''நல்லா பாத்த.'' வெடுக்கென்று முகத்தைத் திருப்பிக்கொண்டாள் லீலாவதி. ''ஆறு மாசமா ஒரு கைக் குச்சி வாங்கித்தான்னு கேட்டன். இன்னம் வந்து சேரல. நீ எப்பிடி பாத்தன்னு எனக்கு தெரியாதா?'' என்று சொல்லி முணகினாள்.

லீலாவதி மீது ஏற்பட்ட கோபத்தைக் காட்டாமல் இருப்பதற்காக இளையராஜாவிடம் கேட்டான் செல்வம்: “பணம் கொடுக்கிறவங்களுக்கு ஸ்பெஷலா ஏதாச்சும் உண்டா சார்?”

“இல்லெ. இங்க அப்படி செய்யுறதில்ல. வயசானவங்க அறுபத்தி எட்டுப் பேரு இருக்காங்க. அதுல நாலு பேரால சுத்தமா நடக்க முடியாது. பொறந்த குழந்தையிலிருந்து பதினாறு வயசு புள்ளைங்க வரைக்கு மொத்தம் எழுபத்தி ஆறு பேரு இருக்காங்க. யாருக்கும் எந்த வித்தியாசமும் இல்லெ. பென்ஷன் வாங்குறவங்க ஆறு பேரு இருக்காங்க. அவங்களுக்கும் ஒரே விதமான நடைமுறைதான். காலயில இட்லி. மத்தியானம் சாப்பாடு, சாம்பாரு. ராத்திரிக்கு இட்லி, தோசன்னு ஏதாச்சும் ஒண்ணு இருக்கும். அசைவம் எப்போதுமே கெடையாது.”

“பென்சன் வாங்குறவங்க ஏதாச்சும் உங்களுக்கு கொடுப்பாங்களா சார்?” ஆர்வத்துடன் கேட்டான்.

“நானா கேக்க மாட்டன். அவங்களா கொடுத்தா வேணாமின்னு சொல்றதில்ல. கொடுத்தாலும் நாநூறு ஐநூறுதான் குடுப்பாங்க” என்று சொன்ன இளையராஜா லேசாகச் சிரித்தான். அப்போதுதான் நினைவுக்கு வந்த மாதிரி சொன்னான் “நீங்க ஓங்கம்மாவுக்காக மட்டும்தான் பணம் தரணுமின்னு இல்ல. மத்தவங்களுக்கும் ஒதவலாம். ஒதவுறதுக்கு தெரிஞ்சவங்களா இருக்கணுமின்னு அவசியமில்ல. நீங்க பணமா தரலாம். பொருளா தரலாம். அரிசி, பருப்பு, மளிக சாமான், வேட்டி, துண்டு, பொடவ, போர்வ, சோப்புக்கூட வாங்கித் தரலாம். எத கொடுத்தாலும் வாங்கிக்குவன். பதிமூணு வருசமா இத நடத்திக்கிட்டு படாதபாடு படுறன். இத ஒரு வியாபாரமா, தொழிலா மாத்த நான் விரும்பல.”

“நிச்சயமா என்னால முடிஞ்சத செய்றன் சார்.” செல்வம் உற்சாகத்துடன் சொன்னான். ரொம்ப நேரத்திற்கு பிறகு அப்போதுதான் அவனுடைய முகம் லேசாக தெளிவடைந்த மாதிரி இருந்தது. என்ன தோன்றியதோ “அனாத இல்லம்

நடத்துறதுக்கும் ஒரு மனசு வேணும் சார்.''

``ஆரம்பிக்கும்போது கூர கொட்டாயிலதான் ஆரம்பிச்சன். அப்ப மூணு பேர்தான் இருந்தாங்க. சொந்த எடம். சொந்த வீடு. அதனால பிரச்சின இல்லாம போவுது. இதுக்கு பின்னால ரெண்டு கட்டடம் இருக்கு. எல்லாத்திலியும் ஆள் இருக்கு.'' விரக்தியாக சிரித்தான் இளையராஜா.

``அப்பிடியா?''

``வீட்டுல, ஊருல பொழைக்கத் தெரியாதவன்னு சொல்லி திட்டுறாங்க. ஏதோ மனசுல பட்டுச்சி. ஆர்வத்தில ஆரம்பிச்சன். இப்ப படாத பாடு. இத ஆரம்பிக்கும்போது எனக்கு இருபத்தி அஞ்சி வயசு. கொஞ்சம் வயல் இருக்கு. அதுல வர்ற நெல்ல வச்சித்தான் இந்த வண்டி ஓடுது. எப்பிடியோ பதிமூணு வருசம் ஓட்டிட்டன். நெனச்சா ஆச்சிரியமா இருக்கு.'' சிறிது நேரம் ஒன்றும் பேசாமல் இருந்த இளையராஜா மிகுந்த சலிப்புடன் சொன்னான் ``எப்பயாச்சும் ஒருத்தர் ரெண்டு பேர் வந்து ஆயிரம் ஐநூறுன்னு தருவாங்க. இல்லன்னா ஒரு வேள சாப்பாட்டுக்கான செலவ ஏத்துக்குவாங்க. அதுகூட அப்பா அம்மா மேல நெனவு உள்ளவங்க. அதிகமா பொறந்த நாளுக்குத்தான் பிஸ்கட்டு, பழம் வாங்கியாந்து கொடுப்பாங்க. இப்ப பொறந்த நாளு, கல்யாண நாளு கொண்டாடுறவங்க அதிகமாகி இருக்காங்க. தமிழ்நாட்டுல புது வியாதி பரவி இருக்கு. ஆனாலும் எனக்கு சந்தோசம்தான்.'' இளையராஜா சிரித்தான்.

``உண்மதான் சார்.''

``அப்பா அம்மாவ ரோட்டுல வுடுறவங்களும், பெத்தப் புள்ளைய பொறந்ததுமே ரோட்டுல போட்டுட்டுப் போறவங்களும் இருக்காங்க. ஒலகம்ன்னு இருந்தா அதிசயம் இருக்கத்தான செய்யும்?''

செல்வம் பேசவில்லை. அவனுடைய முகம் செத்துப்போயிற்று. முகத்தைத் தொங்கப்போட்டுக்கொண்டான்.

``அனாதப் புள்ளை ஒண்ணு இப்ப வந்துச்சே. அத நான் பாக்கட்டுமா?'' லீலாவதி கேட்டாள்.

“கூப்புடுறன்.” என்று சொன்ன இளையராஜா “நீங்க கவர்மண்டு வேலயில இருக்கீங்க. நல்ல சம்பளம் வரும். ஒங்கம்மாவுக்கும் பென்சன் வருது. சோத்துக்கு வழி இல்லாதவங்க செய்யுற வேலய நீங்களும் செய்யாதீங்க. நான் சோறு போடுறதுக்காக சொல்லல. ஒங்களுக்கு செல்வம்ன்னு பேரு வச்சிருக்காங்க. அவங்களுக்கு நீங்கதான் செல்வம். இது பேருக்காக மட்டும் வச்சதில்ல. நல்ல பேரு.” என்று சொன்ன இளையராஜா செல்வத்தையே கூர்ந்துப் பார்த்தான். பிறகு நிதானமாக சொன்னான் “இப்ப புது பேசன் ஒண்ணு நம்ம நாட்டுல உருவாக்கிகிட்டு வருது. கல்யாணத்துக்கு, விசேசத்துக்கு, கோவிலுக்குப் போவும்போது வீட்டுல வயசானவங்க, ஒடம்புக்கு முடியாதவங்க இருந்தா அவுங்கள கொண்டுபோயி ஆஸ்பத்திரியில விட்டுட்டுப் போறது. இப்ப இந்தத் தொழில் நல்லா வளந்துக்கிட்டு வருது. மெடிக்கல் டூருன்னு வெளிநாட்டுக்காரங்க இந்தியாவுக்கு அதிகமா வர ஆரம்பிச்சிட்டாங்க. ஆறு மாசம் வரை தங்கறாங்க. மத்த நாட்ட ஒப்பிடும்போது நம்ம நாட்டுல செலவு ரொம்ப சீப். பெரியவங்கள வீட்டுல வச்சிக்க முடியாமதான் இந்தக்காரியங்கள செய்யுறாங்க. சில பேரு பணத் திமிர்லயும் செய்யுறாங்க. நாட்டுல பணப்புழக்கம் அதிகமாயி இருக்கு. அதே மாதிரி முதியோர் இல்லமும் அதிகமாயி இருக்கு.”

செல்வத்துக்கு ஒரு மாதிரியாக இருந்தது. அதே நேரத்தில் கோபமும் வந்தது. “இது என்னோட ஆச இல்லெ சார். எங்கம்மாவோட ஆச. அதோட புடிவாதம். வேற வழியில்ல கூட வந்தன். அதோட ஆசக்கி ஒரு வாரம் பத்து நாள் இருக்கட்டும். மனசு மாறிட்டா கூப்புட்டுக்கிட்டுப்போயிடுறன்.”

கடகடவென்று இளையராஜா சிரித்தான். “சொந்தக்காரங்க வீட்டுக்கு அனுப்புறீங்களா? கோயில் குளத்துக்கு அனுப்புறீங்களா? ஒரு வாரம் போயிட்டு வரட்டும்ன்னு சொல்றதுக்கு. இது அனாத இல்லம் சார்.” கடுமையான குரலில் சொன்னான் இளையராஜா.

செல்வம் மறு பேச்சு பேசவில்லை. கையைக்கட்டிக்-
கொண்டு ஊமை மாதிரி உட்கார்ந்திருந்தான். இளையராஜா-
வின் பேச்சு லீலாவதிக்கு திகிலை உண்டாக்கியது. தன்னை
சேர்த்துக்கொள்ளாவிட்டால் என்ன செய்வது? வீம்பு பிடித்-
துக்கொண்டு, சண்டை பிடித்துக்கொண்டு விட்டைவிட்டு
வெளியே வந்த பிறகு மீண்டும் அந்த வீட்டிற்குள் எப்படி
போவது? மீறிப் போனால் கலாமணி என்ன சொல்வாள்?
அவளுடையப் பேச்சும், செய்கையும் தூக்கில் தொங்கி சாக
செய்வதுபோல் இருக்கும். அதைவிட பெரிய கொடுமை
அவளுடைய நடத்தையைப் பொறுத்துக்கொண்டு இருப்பது.
அவள் அடிக்கடி வீட்டைவிட்டு வெளியே போய்விடுவதை-
யும், வீட்டில் இருக்கிற நேரத்தில் யாரிடமோ ஓயாமல் சிரித்-
துசிரித்து போன் பேசிக்கொண்டிருப்பதையும் எப்படி பார்த்-
துக்கொண்டிருக்க முடியும்? சொன்னால் சண்டை நடக்கும்.
அடிதடியாகும். புருசன் வேண்டாம் என்று சொல்லிவிட்டு
ஓடிவிட்டால்? செல்வம் என்ன ஆவான்? பிள்ளைகள்
என்ன ஆகும்? யோசிக்கயோசிக்க பைத்தியம் பிடித்துவிடும்
போலிருந்தது. திகிலாக இருந்தது. எது நடந்தாலும் நடக்-
கட்டும். எதற்கும் தான் ஒரு சாட்சியாக இருக்க வேண்டாம்
என்று நினைத்த லீலாவதி கெஞ்சுவது மாதிரி சொன்னாள்
"எனக்கு மாசம் ரெண்டாயிரம் வருது. பூராத்தயும் அப்பி-
டியே கொடுத்திடுறன். முகம் சுளிக்காம ஒரு வாய் பச்சத்
தண்ணி கொடுத்தா போதும். இந்த வயசில பணத்த நான்
என்னா செய்யப்போறன்? இங்க இருக்கிற புள்ளைங்களுக்கு
மொட்டப் போடுறதுக்காவது என் புருசன் பணம் செலவு
ஆவட்டும். நான் இங்கியே இருந்துக்கிறன். புள்ளைங்களப்
பாத்துக்கிறன். ஒரு ஆயா அம்மாவா என்ன வச்சிக்குங்க.
புள்ளைங்ககூட இருந்தா பொழுது போறது தெரியாது. இந்த
மாதிரி புள்ளைங்களுக்கு ஒதவுனா புண்ணியம் கெடைக்கும்.
கடசி காலத்தில ஏதாச்சும் செஞ்சி நல்ல மோட்சத்துக்குப்
போறன். அதுக்காச்சும் என்னெ வச்சிக்குங்க." அழுதாள்.
கையெடுத்துக் கும்பிட்டாள்.

இளையராஜாவுக்கு என்ன தோன்றியதோ கூர்ந்து அவளையேப் பார்த்தான். பிறகு சமாதானப்படுத்துவது மாதிரி சொன்னான் "அழுவாதீங்க."

"எனக்கு பணம் வாண்டாம். காசு வாண்டாம். யார்க்கிட்டயாவது பேசணும். சிரிக்கணும். அழுவணும். அதுதான் எனக்கு வேணும். அதுதான் எனக்கு பணம். தங்கம். சோறு. சாமி." கையெடுத்துக் கும்பிட்டாள்.

"பெத்த புள்ளை உசுரோட இருக்கும்போது நீங்க இப்பிடி பேசறதும் தப்பு. நான் சேக்குறதும் தப்பு. கோவத்தில, ஆத்திரத்தில பேசுற பேச்சு. உண்ம இல்லெ."

"தாலி கட்டுன புருசன்னு ஒருத்தன் இருந்தா நான் எதுக்கு இங்க வரப்போறன்? நூறு புள்ளை இருந்தாலும் புருசன் மாதிரி வருமா?" வேகமாகக் கேட்டாள் லீலாவதி.

"சும்மா இரும்மா. ஒலகத்தில இல்லாத புருசன் மாதிரி திரும்பத்திரும்ப அதையே சொல்லிக்கிட்டு இருக்கிற." கத்தினான் செல்வம். அவனை முறைப்பது மாதிரி பார்த்த லீலாவதி வேகமாகக் கத்தினாள் "ஒலகத்தில இல்லாத புருசன் இல்லெதான். ஆனா ஒலகத்தில இல்லாத அப்பன்டா ஒனக்கு. அறுவது வயசுக்கும்மேல இருந்து என்னா செய்யப்போறம்? நம்ப புள்ளையாச்சும் வேல, பொண்டாட்டி, புள்ளைன்னு இருக்கட்டும்ன்னு தூக்குல தொங்கி செத்த அப்பன் ஒலகத்தில யாருடா?" லீலாவதிக்கு அழுகை வந்துவிட்டது. அழுதுகொண்டே சொன்னாள் "ஒலகத்திலேயே நீதான் நல்ல புருசன். ஓம் பொண்டாட்டிதான் — நல்ல பொண்டாட்டி. அப்பிடித்தான் இருக்கட்டும். நல்லா இருங்க. நீங்க நல்லா இருக்கிறத நானா தடுக்கப் போறன்? நீயும், ஒன் குடும்பமும் கெட்டுப்போயிடும்ன்னுதான் நான் ராவும் பகலும் அழுவுறன். அதனாலதாண்டா நான் வீட்டவுட்டு வந்தன். பெத்த புள்ள சாவட்டும்ன்னு நெனைக்கிறவளாடா நானு?" லீலாவதியின் அழுகை நிற்கவில்லை.

"நீ எதையோ இக்கு வச்சி பேசுற. அத ஒடச்சி சொல்லு. எனக்குப் புரிய மாட்டங்குது."

“ஒனக்கு ஒண்ணும் புரிய வாணாம். தெரிய வாணாம். என்னெ இங்கியே விட்டுட்டுப் போ. இந்த ஒரு உவகாரத்த மட்டும் நீ செஞ்சா போதும், ஒன்னெ பெத்ததுக்கு.” கத்தி-னாள்.

“கத்திகத்தியே மத்தவங்க வாய அடச்சிப்புடு.”

“ஆமாம் நான் கத்துறன். புத்திக் கெட்டுப்போயி. ஊருல இருக்கிற புள்ளைங்க மாதிரிதான நீயும் படிச்ச? பரீட்ச எழு-தின? ஏன் எதிலயும் நீ பாசாவல? அப்பிடி நீ பாசாயி ஒரு வேலைக்கி போயிருந்தா ஒங்கப்பன் எதுக்கு சாவப்போறான்? இந்த வேல இல்லன்னா ஒம் பொண்டாட்டி ஒனக்கு கழுத்த நீட்டியிருப்பாளா? அந்த சோத்துக்கு இல்லாத நாயிவோ-தான் ஒனக்கு பொண்ணக் கொடுத்திருக்குமா?”

“எங்க வந்து என்னா பேசிக்கிட்டு இருக்கிற?” செல்வம் பல்லைக் கடித்தான்.

“சனங்களால ஏன் ஒண்ணா இருக்க முடியலங்கிறதுதான் எனக்குப் புரியல. நாய்கூட இருக்காங்க. பூன, ஆடு, மாடு-கூட இருக்காங்க. ஆனா மனுசன்கூட இருக்க முடியல. விநோதமா இருக்கு” என்று சொல்லி சிரித்த இளையராஜா “கடசியா ஒங்க முடிவுதான் என்ன?” என்று கேட்டான்.

“நான் இங்கியே இருந்துக்கிறன். அதுக்குண்டான காச கொடுத்திடுறன்.” லீலாவதி வெட்டிப் பேசினாள்.

“நீங்க என்னா சொல்றீங்க?”

“ஒருத்தராச்சும் சந்தோசமா இருக்கணும் சார்.”

“புரியல.”

“மூணு வருசமா எங்கம்மாவுக்கும் எம் பொண்டாட்டிக்கும் சண்ட வரும். ஒடனே போயிடும். ஆனா இப்ப ஆறு மாசமா சண்ட நிக்கல. ரெண்டு பேருக்கும் இடையில என்-னமோ இருக்கு. இதுக்கே எங்கம்மா பாத்து முடிவு பண்-ணின பொண்ணுதான் எம் பொண்டாட்டி.”

“ஆமாம். ஆமாம். நல்லப் பொண்ணுதான். தங்கம்னு பேரு வைக்கல. அது ஒண்ணுதான் கொற.” லீலாவதி வாயைக் கோணிக்காட்டினாள். முகத்தையும் திருப்பிக்-

கொண்டாள்.

"நீங்க ரெண்டு பேரும் போட்டுக்கிற சண்டயில யாரு சாவுறது?" வேகமாகக் கேட்டான் செல்வம்.

அப்போது பத்து வயதுள்ள ஒரு பெண் உள்ளே வந்தது.

"என்னம்மா?" என்று இளையராஜா கேட்டான்.

"மத்தியானம் சாப்புடுறதுக்கு தண்ணி இல்லியாம். சமை- யல்கார அக்கா சொல்ல சொன்னாங்க."

"சுத்தமா இல்லியா?"

"இல்லெ.""கரண்டு இன்னம் வல்லியா?"

"இல்லெ."

"கரண்டு இருக்கும்போதே மோட்டார போட்டு தண்ணி பிடிச்சி வச்சிக்குங்கன்னு எத்தன முற சொல்றன். கேட்- டாதான? இப்பத்தான் ஒரு நாளக்கி எட்டு மணி நேரம் கரண்ட நிறுத்துறாங்க. என்னா கவர்மண்டோ?" என்று சலித்துக்கொண்ட இளையராஜா "நீ போ. இந்தா வரன். பசங்கள பின்னாடி போயி வெளயாட சொல்லு. ஒரே சத்தமா இருக்கு" என்று சொல்லி அந்தப் பிள்ளையை அனுப்பி- விட்டு "முடிவ சொல்லுங்க. என்ன செய்யலாம்?" என்று அலுப்புடன் கேட்டான்.

"என்னால தெனம்தெனம் சாவ முடியாது சார்."

"முடிவ சொல்லுங்க."

"எல்லாருக்கும் கஷ்டமா இருக்கு சார். பண கஷ்டத்தத் தாங்கிக்கலாம்."

"எல்லாருக்கும்ன்னா?"

"எங்கம்மா அமைதியா இருக்கணும். எனக்கு எவ்வ- ளவோ செஞ்சிருக்கு. அது கஷ்டப்படுறத என்னால பாக்க முடியல. ஒரு வாரமா சாப்புடாம கெடக்கு. பணம் எவ்வளவு செலவானாலும் அது அமைதியா இருந்தா போதும் சார். பணத்த நான் கட்டிடுறன்." செல்வம் வேகவேகமாக சொன்- னான்.

"முடிவுக்கு நீங்க ஏற்கனவே வந்திட்ட மாதிரி தெரியுது" என்று சொல்லி சிரித்தான் இளையராஜா. பிறகு "நான் இத

பணத்துக்காக நடத்தல. புரிஞ்சிக்குங்க. பணம் சம்பாதிக்கணும்ன்னு நான் நெனச்சி இருந்தா வியாபாரம் செய்யலாம். துணி கட, இட்லி கட நடத்தலாம். அரசியலுக்குப் போவலாம். எங்கப்பாவே முன்னாள் எம்.எல்.ஏ.தான். செத்துப் போயிட்டாரு. எதுவும் வாணமின்னுதான் இதெ நடத்துறன். புரியுதா? மகன்னு நீங்க ஒரு ஆளு வல்லன்னா ஒரு கேள்வியும் கெடையாது. ஒடனே சேத்திருப்பன். அந்த மாதிரி பொய்ச்சொல்லி சேந்தவங்களும் அஞ்சாறு பேரு இங்க இருக்காங்க."

"சாரி சார். ஒங்கள கஷ்டப்படுத்துறதுக்காக நான் அப்பிடி சொல்லல. நான் பக்கத்தில திருமுட்டத்திலதான் வேல செய்யுறன். குடி இருக்கன். வெளி நாட்டுல இல்லெ. நெனச்சா ரெண்டு மணிநேரத்தில வந்திடலாம். வாராவாரம் வந்து பாத்திட்டுப் போறன். இல்லெ தெனம்கூட வந்து பாத்திட்டுப் போறன். பெத்தத் தாயப் பாக்காம எப்பிடி சார் இருக்க முடியும்? பெத்தத் தாயி சார்." செல்வம் அழுதான்.

"அமைதியா இருங்க" என்று இளையராஜா சொன்னதைக் காதில் வாங்காத செல்வம் "மாசாமாசம் எவ்வளவு நான் தரணும்ன்னு மட்டும் சொல்லுங்க சார். கொடுத்திடுறன்." என்று வேகமாக சொன்னான்.

"ஒங்க விருப்பம். கணக்கில்ல. கொடுக்கலாம். கொடுக்காட்டியும் இருக்கலாம். எதுவும் கட்டாயம் இல்லெ. ஒங்கள மாதிரியான ஆளுங்க பணம் கொடுத்தா பெரிய ஒதவியாத்தான் இருக்கும். கரண்டு பில் கட்ட ஒதவும்." சிரித்தான் இளையராஜா. மீண்டும் ஏதாவது குழப்பம் வந்துவிடுமே என்று பயந்த லீலாவதி "எனக்கு ரெண்டாயிரம் வருது. அத நான் கொடுத்துக்கிறன். நீ ஒரு சல்லிக் காசுகூட தரக் கூடாது. மீறிக் கொடுத்தா நான் அன்னிக்கே செத்திடுவன்." வேகமாக சொல்லிவிட்டு முகத்தைத் திருப்பிக்கொண்டாள்.

லீலாவதியை சீறுகிற பாம்பு மாதிரி பார்த்தான் செல்வம். ஆனால் அவள் அவனைப் பார்க்கவில்லை. செல்வத்தையும் லீலாவதியையும் மாறிமாறிப் பார்த்த இளையராஜா. "ஒரு

நிமிசம் வெளிய இருங்க'' என்று செல்வத்திடம் சொன்னான். ஏன் என்பது மாதிரி பார்த்தாலும் ஒன்றும் சொல்லாமல் வெளியே போனான் செல்வம். லீலாவதியையே கூர்ந்துப் பார்த்த இளையராஜா கைப்பிள்ளைக்கு சொல்வது மாதிரி சொன்னான் ''நீங்க அனாத இல்லெ. மாசம் ரெண்டாயிரம் பென்சன் வருது. அத வச்சி சாப்புட்டுக்கிட்டு வீட்டிலேயே அமைதியா இருக்கலாம். அதுதான் உங்களுக்கு நல்லது.''

''நான் சண்டபண்ற ஆளில்ல. ஊர் வம்பு பேசுற ஆளில்ல. என்னால ஒரு தொந்தரவும் வராது. உட்கார்ந்த எடத்தவுட்டு எட்டப் போவ மாட்டன். சொல்ற வேலய செய்-வன்.''

''நீங்க சொல்றதெல்லாம் சரி.'' என்று சொன்ன இளை-யராஜா சிறிது நேரம் பேசாமல் இருந்தான். பிறகு சொன்-னான் — ''நீங்க ஏதோ பெரிய மனக்கஷ்டத்தில இருக்கீங்-கன்னு தெரியுது. யாரால பிரச்சன? எதனால பிரச்சனன்னு தெரியல. எதனால வீட்டவிட்டு வந்தீங்கன்னும் தெரியல. கோவத்தில வீட்டவிட்டு வயசானவங்க வர்றது சரியில்ல. வீட்டுல இருந்தா ஒரு பிரச்சின. வெளிய வந்தா ஆயிரம் பிரச்சின வரும் தெரியுமா? தனியா இருக்கிறதுதான் சாவு.''

''யாராலயும் எனக்கு பிரச்சன இல்லெ. என்னாலதான் பிரச்சன எனக்கு. வயசாயிடிச்சி. இடுப்பு எலும்பு ஒடிஞ்-சிப்போச்சி. புருசன் இல்லெ. இன்னம் சாவாம இருக்கன். அதுதான் பிரச்சன. சிக்கலு.'' லீலாவதி வாயில் கையை வைத்துக்கொண்டு அழுதாள். ''ஒலகத்தில வயசானவங்க எல்லாருக்கும் இருக்கிற பிரச்சனதான் இது. புதுசா ஒண்-ணும் இல்லெ. ஒலகத்தில நம்பளுதின்னு ஒண்ணும் இல்-லன்னு தெரிஞ்சிக்காததாலதான் எல்லாப் பிரச்சனயும். நீ, நான்ங்கற போட்டிதான் பிரச்சன. அப்பறம் ஆச, அதிகா-ரம்''

''கெட்ட நடத்த உள்ள பொம்பள இருக்கிற வீட்டுல என்-னால இருக்க முடியாது.''

''புரியல.''

"ஒண்ணுமில்ல. இஷ்டப்பட்டா சேத்துக்குங்க. இல்-லன்னா வுட்டுடுங்க. சாவறதுக்கு ஒலகத்தில வழியா இல்லெ. கடசி ஆச கேட்டுப் பாப்பம்ன்னு வந்தன்." லீலா-வதி அழுதாள்.

லீலாவதிக்கு அவசரப்பட்டு செல்வத்திடமும் சரி, மற்ற-வர்களிடமும் வார்த்தையை விட்டுவிட்டோமோ என்று பயம் வந்தது. உயிர் போனாலும் செல்வத்திடம்கூட சொல்லக் கூடாது என்று நினைத்திருந்த விசயம் எப்படி வாயிலிருந்து வந்தது? எது வெளியே தெரியக் கூடாது என்று வீட்-டைவிட்டு வெளியே போக வேண்டும் என்று நினைத்-தோமோ அதையே சொல்லி சேர வேண்டுமா? செத்தாலும் சரி வாயைத் திறக்கக் கூடாது என்று நினைத்தாள்.

கலாமணியின் மீது ஒரு நாளும் இல்லாத அளவுக்கு இப்போதுதான் அவளுக்கு கோபம் உண்டாயிற்று. எங்கே வந்து உட்கார வைத்துவிட்டாள்? ஒரு வருசமாக எப்படி அவளுடைய நடத்தையில் மாற்றம் ஏற்பட்டது? எப்போது செல்வம் அவளுக்கு செல்போன் வாங்கி கொடுத்தானோ அதிலிருந்துதான் எல்லா மாற்றமும் ஆரம்பித்தது. பேச்சில், நடத்தையில், சிரிப்பில், உடையில், வெளியே போவதில் —— என்று எல்லாமும் தலை கீழாகிவிட்டது. செல்வம் வீட்-டைவிட்டு கிளம்பினால்போதும் மறுநொடியே செல்போனில் பேச ஆரம்பித்துவிடுவாள். குறைந்தது அரை மணி, ஒரு மணி நேரம் பேசுவாள். கேட்டால் 'அம்மாவிடம் பேசினேன், அண்ணனிடம் பேசினேன்' என்று சொல்வாள். பிள்ளை-களை பள்ளிக்கூடத்தில் விடப்போகிறேன் என்று போவாள். போனால், திரும்பி வருவதற்கு ஒரு மணிநேரம் ஆகும். சாயங்காலம் பிள்ளைகளைக் கூப்பிடப் போகிறேன் என்று போனால் அதற்கும் ஒரு மணிநேரம் ஆகும். அதைக் கேட்-கப் போய்தான் பத்து நாட்களுக்கு முன் கலாமணிக்கும் லீலாவதிக்கும் பெரிய சண்டை நடந்தது. செல்வம் அலு-வலகம் போன மறுநொடியே ஜோடித்துக்கொண்டு வெளியே கிளம்பினாள். போனவள் சாயங்காலம் நாலு மணிக்குத்தான்

வந்தாள். வீட்டுக்கு வந்த கலாமணியிடம் "எங்கப்போன? எப்ப திரும்பி வர்ர? நீ செய்யுறது குடும்பத்துக்கு ஏத்ததா? ரெண்டு புள்ளை இருக்கிறத மறந்திடாத. செல்வத்துக்குத் தெரிஞ்சா என்னா ஆவும் தெரியுமா?" என்று லீலாவதி கேட்டதற்கு கலாமணி சொன்ன பதில் செருப்பால் அடித்த மாதிரி இருந்தது.

"சொல்லு. என்னா சொல்லணுமோ சொல்லு. ஒலகத்தி-லியே ஒம் மவன்தான் மன்மத ராசாவா? எத ஆக்கி வச்-சாலும் அத அப்பிடியே தின்னு தீத்துடுவாரா? எத ஆக்கி, படச்சி வச்சாலும் மூந்துமூந்து பாத்திட்டுப் போற ஆளு-தான?"

"அப்பிடின்னா ரெண்டு புள்ள எப்பிடிப் பெத்த?"

"நீ பெத்த மாதிரிதான்."

"சரிதான். ரெண்டு புள்ளை இருக்கு. அத மறந்திடாத."

"நீ செத்தாத்தான் எனக்கு நிம்மதி. நீ என்னிக்கு மண்-ணுக்குள்ளாரப் போற நாள் வருமோ?" என்று சொன்ன-தைவிட பெரிய கஷ்டமாக இருந்தது "எத ஆக்கி வச்-சாலும் மூந்துமூந்து பாத்திட்டுப் போற ஆளுதான?" என்ற வார்த்தை. லீலாவதியை நெருப்பில் தள்ளியது மாதிரி இருந்-தது. கலாமணி சொன்ன வார்த்தையை செல்வத்திடம் சொன்னால் என்ன நடக்கும்? ஒரு நாள் இல்லை ஒரு நாள் சொல்லிவிட நேர்ந்தால் — குடும்பம் என்னாகும் என்று யோசித்த லீலாவதி — அப்போதுதான் இனி வீட்டில் இருக்கக் கூடாது என்று முடிவெடுத்தாள். வீட்டிலேயே இருந்தால் கலாமணி செய்வதை பொறுத்துக்கொள்ளவும் முடியாது, செல்வத்திடம் சொல்லவும் முடியாது. மீறி சொன்-னல் குடும்பம் அழிந்து போகும் என்று நினைத்துத்தான் வந்தாள். ஆனால் அதை சொல்லும்படி இளையராஜா கேட்கிறான். உயிர் போனலும் சொல்லக் கூடாது என்று முடிவெடுத்து வாயை மூடிக்கொண்டு உட்கார்ந்திருந்தாள்.

"என்னம்மா ஒண்ணும் சொல்லாம உட்கார்ந்திருக்கீங்க?" என்று இளையராஜா கேட்டான். லீலாவதி வாயைத் திறக்-

காததால் எழுந்து சென்று ஹாலில் நின்றுகொண்டிருந்த செல்வத்தை அழைத்துக்கொண்டு வந்தான்.

“எங்கம்மா என்ன சொல்றாங்க?” என்று சிரித்துக்கொண்டே செல்வம் கேட்டான்.

“ரொம்ப மன அழுத்தத்தில இருக்காங்க. மனசுல ஏதோ பெரிய காயம் இருக்கு. கொஞ்ச நாள் இருக்கட்டும். பின்னால என்னா நடக்குதின்னு பாக்கலாம்.” எந்த ஈடுபாடும் இல்லாமல் சொன்னான் இளையராஜா.

“நல்லதுதான் சார். இடம்மாறி இருக்கட்டும்.”

“என்னிக்கும்மா வர்றீங்க?” இளையராஜா கேட்டான்.

“நான் ஏற்கனவே வந்துட்டன். இப்பிடியே இருந்துக்க வேண்டியதுதான்.”

“சரிதான்.” இளையராஜா சிரித்தான். பிறகு செல்வத்தின் பக்கம் பார்த்து “ஏதாச்சும் கொண்டாந்து கொடுக்கிறதா இருந்தா கொடுங்க.” என்று சொன்னான்.

“என்னம்மா எடுத்தாரணும்?” ரொம்பவும் அக்கறையுடன் கேட்டான்.

“எதுவும் வாணாம். நீ போயி ஒன் பொழப்பப்பாரு. குடும்பத்தப்பாரு.” வெடுக்கென்று சொன்னாள்.

“மாத்துத்துணிகூட வாணாமா?”

“வாணாம்.” ஒரே வெட்டாகக் பேச்சை வெட்டினாள்.

“அவுங்க ரொம்ப கோபமா இருக்காங்க. நீங்க போயீட்டு அப்பறமா வாங்க. பேசிக்கலாம்” என்று செல்வத்திடம் சொன்ன இளையராஜா “உள்ளார வாங்க. மத்தவங்கள காட்டுறன். நீங்க எங்க படுக்கணும், எங்க இருக்கணும்ங்கிறத பாப்பம். ஒங்க வேலய நீங்கதான் பாத்துக்கணும். சமையல் செய்ய ஒதவணும். கூட்ட, பெறுக்க செய்யணும். சமைக்கிறதுக்கு மட்டும்தான் இங்க ஆள் இருக்கு. சின்னப் புள்ளைங்கள பாத்துக்கணும்.” என்று சொல்லிவிட்டு செல்வத்தின் பக்கம் திரும்பி “நான் விழுந்தா நீங்க தூக்கிவிடணும். நீங்க விழுந்தா நான் தூக்கிவிடணும். அதுக்காகத்தான் மனுசங்க சேந்து வாழறது. அதுக்காகத்தான் சொந்தம்

வச்சிக்கிறதெல்லம். அத மட்டும் நீங்க மனசுல வச்சிக்-
குங்க. ரெண்டாயிரத்தி பதினாலுலியே ஒலகம் இப்பிடியி-
ருந்தா இன்னம் அம்பது வருசம் கழிச்சி எப்பிடி இருக்-
கும்? நெனைக்கவே பயமா இருக்கு." என்று சொல்லிவிட்டு
எழுந்து ஹாலுக்குப் போனான்.

"ஒனக்கு தல எழுத்தாம்மா?" என்று சொன்ன செல்வம்
அழுதான். லீலாவதி அழவில்லை.

"மாசாமாசம் வந்து ஓங்காச வாங்கிக்கிட்டு போ."

"என்ன காசு?"

"ஒங்கப்பனோட பென்சன் பணம்தான்."

"எனக்கு வாண்டாம்." அழுதான் செல்வம்."

"ஓங்கப்பன் ஒன்னத்தான பெத்தான்? அவன் காசு
ஒனக்குத்தான் சேரணும். நான் ஓங்கப்பனுக்கு பொறக்கல.
அவனால ஒரு புள்ளையத்ததான் பெத்தன். எங்கப்பன் காசு-
தான் எனக்கு சேரணும்."

"செத்தாலும் வாங்க மாட்டன்." செல்வம் அழுதான்.

மடியில் வைத்திருந்த சிறு பொட்டலத்தை எடுத்து செல்-
வத்தின் கையில் திணித்துவிட்டு ஹாலுக்கு வந்தாள் லீலா-
வதி. பின்னாலேயே வந்த செல்வம் லீலாவதி கொடுத்தப்
பொட்டலத்தைத் திருப்பிக் கொடுக்க முயன்றான். வெறுப்-
புடன் முகத்தைச் சுளித்துக்கொண்டு சொன்னாள் "அது
ஒனக்கு சேர வேண்டிய பொருளுதான்."

"சார் நீங்க கிளம்புங்க. நாளக்கி வாங்க பேசிக்கலாம்.
எனக்கு வேல இருக்கு." என்று இளையராஜா சொன்னான்.

"நாளைக்கோ, நாளான்னைக்கோ வந்து பாக்குறன் சார்"
என்று சொல்லிவிட்டு கையிலிருந்த பொட்டலத்தை லீலா-
வதியிடம் கொடுக்க முயன்றான். அவள் தூரமாக நடக்க
ஆரம்பித்ததும் வெறுப்புடன் இளையராஜாவுக்கு வணக்கம்
சொல்லிவிட்டு வெளியே வந்தான்.

லீலாவதி கொடுத்த பொட்டலத்தைப் பிரித்துப் பார்த்தான்.
மூக்குத்தி, தோடு, இரண்டு மோதிரம் இருந்தது. நூறு ரூபாய்
நோட்டுகள் முப்பது இருந்தது. செல்வத்தின் முகம் பிர-

காசமானது. பெரிய பாரத்தை இறக்கி வைத்தது மாதிரி பெருமூச்சுவிட்டான். உற்சாகமாக சிகரட்டைப் பற்றவைத்-தான். ஒரு சினிமாப் பாட்டை ஹம்மிங் செய்தபடியே பஸ்ஸ்-டாண்டை நோக்கி நடக்க ஆரம்பித்தான். அனாதை இல்-லத்தின் வாசல் கதவு ஓரம் மறைந்து நின்று செல்வம் நடந்து போவதையேப் பார்த்து அழுதுகொண்டிருந்த லீலாவதியை மட்டுமல்ல அந்த கட்டிடத்தையும் அவன் ஒரு முறைகூட திரும்பிப் பார்க்கவில்லை.

13. உண்மை உங்களிடம் வரக் காத்திருக்கிறது!

- ஷாராஜ்

சூபி மெய்ஞானிகளில் ராபியா மிகவும் புகழ் பெற்றவர். பேரழகும் தனித்தன்மையும் மிக்க அவர், ஞானிகளின் ஞானி என்று சொல்லத்தக்க அளவுக்கு மிகச் சிறந்த மெய்-ஞானி. பெண்களுக்கே உரித்தான பேரன்பும் தாய்மையும் அவருக்கு உலகத்தாரிடம் இருந்தது.

ராபியா தினந்தோறும் சந்தைப் பகுதிக்கு சென்று, தான் அடைந்த உண்மைகளை மக்களிடம் உரத்துக் கூறுவது வழக்கம். அதற்காக அவர் செல்லும் வழியில் ஒரு மசூதி இருந்தது. புகழ் பெற்ற இன்னொரு சூபி ஞானியான ஹசன், மசூதிக் கதவுக்கு முன்பாக அமர்ந்துகொண்டு, "இறைவா! கதவைத் திற! என்னை உள்ளே அனுமதி!" என்று உரக்கப் பிரார்த்தித்துக்கொண்டிருப்பார். அதைப் பார்க்கும்போதெல்-லாம் ராபியாவுக்கு சிரிப்பு வரும். உரக்க சிரித்துவிட்டுச் செல்வார். அது ஹசனுக்கும் தெரியும். எனினும் அவர்கள் இது குறித்து ஒருவருக்கொருவர் பேசிக்கொண்டதில்லை.

அன்று ஹசன் மிகுந்த உணர்ச்சிமயமாக, கண்ணீர் உகுத்து, கதறி அரற்றிக்கொண்டிருந்தார். "தயவுசெய்து கதவைத் திற, இறைவா! என்னை உள்ளே அனுமதி! நான் சொல்வது உனக்குக் கேட்கவில்லையா? ஏன் கதவைத்

திறக்க மறுக்கிறாய?"

அதைப் பார்த்ததும் ராபியாவுக்கு பொறுக்கவே இயல-வில்லை. அவர் ஹசனிடம் சென்று அவரை உலுக்கினார். "தயவு செய்து இந்த அபத்தத்தை நிறுத்துங்கள்! ஏன் இப்படி அழுது புலம்புகிறீர்கள்? கதவு திறந்துதான் இருக்கிறது! அது மட்டுமல்ல; நீங்கள் உள்ளேதான் இருக்கிறீர்கள்!" ஹசன் ஒரு கணம் திடுக்கிட்டார். பின்பு ராபியாவின் அன்பும் அருளும் ததும்பும் முகத்தை ஏறிட்டுப் பார்த்தார். உடனே குனிந்து, அவரது பாதத்தைத் தொட்டு வணங்கினார்.

"நீங்கள் எனக்கு உண்மையை உணர்த்திவிட்டீர்கள். இதை ஏன் முன்பே செய்யவில்லை? பல வருடங்களாக, தினந்தோறும், என் வாழ்நாள் முழுதும் நான் இப்படித்தான் பிரார்த்தனை செய்துகொண்டிருக்கிறேன். நீங்களும் சாலை வழியே செல்லும்போது, அதைப் பார்த்து சிரித்துவிட்டு, கடந்து சென்றுகொண்டிருந்தீர்கள். முன்பே எனக்கு இந்த உண்மையைச் சொல்லி இருக்கலாமே! இவ்வளவு காலம் எனக்கு வீணாகி இருக்காதே!"

"முன்பே நான் இதைச் சொல்லியிருந்தால், அது உங்-களுக்கு உறுத்தலாக இருந்திருக்கும். நீங்கள் கோபப்பட்டி-ருக்கக் கூடும். என்னை விரோதியாகக் கூட கருதி இருப்-பீர்கள். உண்மையை எல்லோராலும், எப்போதும் உணர்ந்து கொள்ள இயலாது. அது, தக்க தருணத்தில், தக்க சூழலில், தக்க இடத்தில், அறியப்படும்போதுதான் அதை அவர்களால் உணர்ந்துகொள்ள முடியும். எனவே, உண்மை எப்போது ஒருவரிடம் வர வேண்டுமோ, அப்போதுதான் வந்து சேரும். உங்களுக்கான தருணம் வருவதற்காகவே உண்மை காத்-திருந்தது. நானும் அதற்காகவே காத்திருந்தேன். இப்போது உங்களுக்கான தருணம் வந்துவிட்டது!" என்றார் ராபியா.